चला यशाकडे प्रेमाने आनंदाने

- सुरेश मुरलीधर वाघ (सेवक)

BookMitra

चला यशाकडे प्रेमाने आनंदाने

Chala Yashakade Premane Anandane

लेखक (सेवक) : सुरेश मुरलीधर वाघ

कॉपीराईट © : **वंदना सुरेश वाघ**
मु. पो. जानोरी, ता. दिंडोरी, जि. नाशिक
भ्रमणध्वनी : ९७६५२८८८६३/८३९०७२०२६३

प्रथम आवृत्ती : डिसेंबर २०१९

प्रकाशक : बुकमित्र पब्लिशर्स (मार्क माय बुक)
मार्क माय बुक
जयश्री पेडीवाल हायस्कुलके सामने,
चित्रकुट, जयपुर, राजस्थान-३०२०२१
९६६०५९६९७०
www.markmybook.com/bookmitra

ISBN : 978-81-944-16715

ईमेल : **sureshwsgh1982@gmail.com**
sureshwagh508@gmail.com

मुखपृष्ठ : सुभाष वाघ, नाशिक

अंतर्गत रेखाटन : **Little alien Studios, Nashik**

मांडणी : नज़ाकत क्रिएशन्स
द्वारा, महेश सोनवणे. मो. : ९८२२७९१८०९

अर्पण पत्रिका

जगातील सर्व

देहरूपी आत्म्यांना समर्पित...!

आपल्या प्रियजनांना हे
पुस्तक भेट देऊन त्यांनाही
यशस्वी होण्याचा मार्ग दाखवा!

जीवन जगत असताना आपण जोपर्यंत जगातील सृष्टीला व सर्व लोकांना (देहरूपी आत्म्यामधील परमात्म्याला - भगवंताला नाही. भगवंत म्हणजेच देहरूपी आत्मा) जोपर्यंत काहीतरी चांगले देत नाही तोपर्यंत सृष्टी व लोक (माणसे) आपल्याला चांगले काही देणार नाहीत. मग ते यश असो, स्वप्नं असो किंवा पैसा...!

आपल्या माऊली सांगतात, की

जर आपण आपल्या प्रिय मित्राकडे जाणार असाल तर आदरभाव, प्रेम घेऊन गेले पाहिजे.

जर आपण आपल्या प्रिय गुरूकडे जाणार असाल तर अज्ञानी होऊन जा.

जर आपण आपल्या प्रिय भगवंताकडे जाणार असाल तर अंर्तमनापासून (आत्म्यापासून) पुण्य घेऊन जायला पाहिजे.

यशाच्या आसक्तीसाठी काम करण्यापेक्षा आपण करत असलेल्या कामावर अंत:करणापासून प्रेम केल्याने यश स्वत: आपल्या पाठीशी धावत येते.

प्रेमाने, आनंदाने उत्कृष्ट प्रयत्न व काम केल्याने यश आपल्या पाठीमागे येत असते.

१३/०६/१९८२ – सुरेश मुरलीधर वाघ (सेवक)

आयुष्यामध्ये नुसते काम करून यश, पैसा व स्वप्नं पूर्ण होत नाही, तर उत्कृष्ट प्रयत्न व काम केल्याने यश, पैसा व स्वप्नं पूर्ण होतात.

जगातील यशस्वी लोकांचा इतिहास जर पाहिला, तर त्यांनी फक्त प्रेमाने, आनंदाने व उत्कृष्ट काम करून लोकांना मदत केली आहे. समाजोपयोगी, लोकाभिमुख कार्य व कौशल्याने त्यांनी निर्मिलेल्या वस्तुंमुळे समाजाचा फायदा झाला आहे. म्हणून ते लोक यशस्वी (श्रीमंत) झाले आहेत.

यशस्वी व्यक्ती पैसा कमविण्याअगोदर तो नवनिर्मितीसाठी खर्च करतात, म्हणून ते यशस्वी होतात.

जगातील यशस्वी माणसे आधी गळ्याच्या खाली अर्थात् स्वत:च्या हौसेमौजेसाठी पैसा खर्च न करता ज्ञानार्जनासाठी अनेक मोटीव्हेशनर लेखकांची पुस्तके वाचून, मोटीव्हेशनल सेमिनार, ऑडिओ, व्हिडीओ यांच्या माध्यमातून ज्ञानग्रहण करतात, स्वत:त बदल घडवून आणतात, म्हणून ते यशस्वी होतात.

अंतरआत्म्यापासून आभार

आम्ही / मी श्रीकृष्ण भगवंताचे खूप आभारी आहे. कारण भगवंतांनी माझा जन्म जानोरीमधील माझी आई- सौ. साळूबाई मुरलीधर वाघ व वडील - श्री. मुरलीधर गणपत वाघ यांच्या उदरी झाला. त्यासाठी विशेष श्रीकृष्ण भगवंताचे आभार!

माझी मोठी बहीण सौ. बेबाबाई बाबुराव तिडके, दुसरी बहीण सौ. छबाबाई गोपिनाथ खोडे आणि धाकटी बहीण सौ. कल्पना जनार्दन गायके; या तिघींचाही खूप खूप आभारी आहे.

मी माझे मामा व गुरू श्री. फकिरा तुकाराम खोडे यांचा खूप खूप आभारी आहे.

माझे गुरू श्री. किरण आनंदराव पाटील व त्यांच्या पत्नी सौ. सीमा किरण पाटील यांचा खूप खूप आभारी आहे.

माझे गुरूमित्र श्री. अनिल शंकर तिडके व त्यांचा परिवार आणि श्री. भारत पोपट विधाते व त्यांचा परिवार या सर्वांचा खूप खूप आभारी आहे.

माझे गुरू किरणसरांमुळे मला नेटवर्क मार्केटिंगची कंपनी काय असते व नेटवर्क मार्केटिंगचा व्यवसाय कसा चालतो; हे शिकायला मिळाले त्यासाठी पुन्हा एकदा किरण सरांचे आभार!

मी ब्रीट वर्ल्ड वाईड या कंपनीचा खूप खूप आभारी आहे.

संत ज्ञानेश्वर महाराज, संत नामेदव महाराज, रामदास स्वामी, तुकाराम महाराज आणि संत एकनाथ महाराज या सर्वांचा खूप आभारी आहे तसेच जगातील माझे आवडते लेखक श्री. शिव खेरा, रॉन्डा बर्न, रॉबट किओसाकी, चेतन भगत, ब्रायन ट्रेसी, डेविड, जे श्वार्ट्ज या सर्व महान लेखकांचे खूप खूप आभार.

मी जगातील सर्व मानवांचा व प्राण्यांचा आणि सर्व जीवांचा खूप आभारी आहे.

अनुक्रमणिका

प्रस्तावना

१३ जून, १९८२ साली एका वेड्या व्यक्तीचा जन्म झाला. वेडा म्हणजे ध्येयवेडा आईला व वडिलांना खूप आनंद झाला. त्यातल्या त्यात बहिणीला तर खूपच आनंद झाला. कारण दोन भाऊ आधीच मृत्यू पावलेले व त्यानंतर तीन बहिणी जन्माला आल्या. त्यानंतर १२ वर्षांनी मी जन्माला आलो. आमची परिस्थिती खूप नाजूक कारण वडिलांना तारुण्यातच अपंगत्व आलेले.

आई–वडिलांनी मुलांना सांभाळायचे, पण आई–वडिलांना व मला बहिणी सांभाळत होत्या. काही वर्षांनंतर मला एक भाऊ जोडीला आला. त्याचे नाव आई–वडिलांनी गौतम ठेवले. तो जन्माला आला व माझ्यावरचे प्रेम थोडे कमी झाले. ते काही असो पण आम्हाला बहिणींनी कष्टाने हळूहळू मोठे केले. आमच्या शिक्षणासाठी खूप धावपळ होत असे. काही कौटुंबिक अडचणींमुळे आम्हाला जानोरी गाव सोडायला लागले. जानोरी हे दिंडोरी तालुक्यातील नाशिक जिल्ह्यात आहे.

आम्ही दोघे भाऊ मुंबई येथे अनाथाश्रमात राहू लागलो. शासकीय बालगृह मुलांचे कनिष्ठ विद्यालय, उल्हासनगर–४ येथे शाळेत जाऊ लागलो. तिथे गेल्यानंतर असे वाटायचे की, आपण तुरुंगात आलोय. पण काही दिवसांनी तेथील हवामानाची, वातावरणाची सवय झाली. ५ वी ते १० वी पर्यंतचे शिक्षण येथेच घेतले. मग तेथून माझी बदली चेंबूर सिद्धार्थ कॉलनी, मुंबई येथे झाली.

चेंबूर येथे एक वर्ष गॅस कंपनीचे काम केले. काम करत असताना कॉम्प्युटरच्या कंपनीत ऑफिसबॉय म्हणून काम केले. मनामध्ये काम करताना एक अशी इच्छा होती चांगले पैसे कमवले की, आईला छान साडी, नानांना (वडिलांना) छान धोतर व बहिणीला छान साडी, दुसऱ्या बहिणीला छान घड्याळ व मोठ्या बहिणीला छान साडी घ्यावी... असा विचार सारखा मनामध्ये येई. काही दिवसांत दिवाळी येणार होती म्हणून मी ठरवले की, दिवाळीला सर्वांना कपडे घेऊन जायचे. माझ्या कामाचे पैसे मिळाले आणि सर्वांना छान कपडे घेतले. दिवाळीत आम्ही जानोरीला १० दिवसांच्या सुट्टीवर आलो. त्या वेळेस माझे वय १७ वर्षे होते. १५०० रुपये पगाराने वर्षाचे १८ हजार रुपये साचले होते. मग सर्वांना दिवाळीला मुंबईहून कपडे घेऊन मी जानोरीला आलो. सगळ्यांना खूप आनंद झाला. सगळ्यात जास्त आनंद आई–वडिलांना झाला. कारण त्यांना असे वाटायचे की, आपल्याला आपल्या मुलांचा पगार बघायला मिळेल का? आपली मुले पैसे कमवतील तोपर्यंत आपण जिवंत राहू का? त्यांचे हे स्वप्नं पूर्ण झाले व माझेपण. साडी ६ वार की, ९ वार घ्यायची, धोतर किती वार घ्यायचे? हे माहीत नसल्यामुळे साडी, धोतर अपुरे पडले. तरीसुद्धा आई, नाना आणि बहिणी यांनी ते सर्व

कपडे हौशीने आणि आनंदाने घातले, याचा मला खूप आनंद झाला.

आमची सुट्टी संपल्यावर आम्ही मुंबईला परत आलो. आमचे मामा फकिरा खोडे वडिलांना म्हणू लागले मुले मोठी झाली आहेत. दाजी तुम्ही मुलांना शेती करायला बोलावून घ्या. अनाथाश्रमामधून काढून शेतीची कामे करायला सांगा. वडिलांना व आईला ते पटले आणि त्यांनी आम्हाला १८ जून, २००० साली अनाथाश्रमातून घरी आणले. नानांचा (वडिलांचा) खरा सहवास फक्त तीनच महिने लाभला कारण ४ ऑक्टोबर, २००० रोजी वडिलांना देवाज्ञा झाली. त्यावेळेस माझे वय १८ वर्षे होते.

आता इथून म्हणजे २००० सालापासून माझी जीवनाशी संघर्ष करण्याची लढाई सुरू झाली. वडिलांना देवाज्ञा होण्याआधी बहिणीचे लग्न झाले होते. घरातील कर्तापुरुष म्हणून मीच होतो. वडिलांनी तीन महिन्यात तीन गोष्टी शिकविल्या - (१) चोरी करू नको (२) दारू पिऊ नको (३) स्त्रियांच्या नादी लागू नको. त्यांनी दिलेल्या शिकवणीवर व हिमतीवर मी शेती करायला सुरूवात केली.

शेती करायला लागलो खरे, पण कशी करायची; हेच माहिती नव्हते. काही लोक म्हणायचे, ही मुलं मुंबईत राहिलेली अन् हे काय शेती करणार? तर काहींनी सल्ला दिला यांनी मुंबईलाच थांबायचे होते. ते सर्व लोक त्यांच्या ठिकाणी योग्य होते, पण आम्हीपण आमच्या परिस्थितीनुसार बरोबर आणि योग्यच होतो. आमच्या मामांनी आम्हाला काही पैसे मदत म्हणून दिले व शेती करायला बळ दिले. हळूहळू उत्कृष्ट पद्धतीने शेती करू लागलो. पीकविलेला भाजीपाला सायकलवरून विकू लागलो आणि त्यावर घरखर्च व्यवस्थित चालला होता. २००२ मध्ये माझे तर २००६ मध्ये भावाचे लग्न झाले. कालांतराने मोटारसायकल घेतली. संघर्ष चालूच होता पण स्वप्नं खूप मोठी होती. शेतीमध्ये ती स्वप्नं कशी पूर्ण होतील? याचा विचार करीत होतो. २००६ मध्ये मार्केटींगचे काम करू लागलो. त्यामध्ये एक गोष्ट शिकायला मिळाली, ती म्हणजे कष्ट करून माणूस श्रीमंत बनू शकत नाही, पण कष्ट करीत असताना जो माणूस आपल्या पावशेर मेंदूचा वापर करील तोच श्रीमंत होईल. ही गोष्ट समजल्यानंतर २००० साली आमचे वार्षिक उत्पन्न ५० हजार रुपये होते. २००७ साली ५ लाख, २००८ साली ७ लाख, २००९ साली १० लाख, २००९ ते २०१३ पर्यंत १० लाख ते १५ लाख रुपये आणि २०१४ मध्ये शेती चांगली सुधारून २० लाख रुपये वार्षिक उत्पन्न झाले. एक छान महिंद्रा स्कार्पिओ टॉप मॉडेल कार घेतली. आठ वर्षे मार्केटींगचे काम केले. सर्व चांगले चालू होते. घरात आई, मी व माझे कुटुंब, भाऊ व भावचे कुटुंब असे सर्व मिळून १० जणांचे कुटुंब होते.

सर्व काही आनंदात चालले असताना एक नवीन समस्या उभी राहिली. भावाच्या हृदयाचा वॉल्व्ह बंद झाला. ऑपरेशन करून वॉल्व्ह बदलला. त्यानंतर आईच्या

आतड्यांना सूज आली. तिचे ऑपरेशन करावे लागले. त्यावेळी मी खूप तणावात राहत असे. चांगल्या संगतीतून वाईट संगतीमध्ये जायला लागलो. खूप कर्ज झाले. त्यापण टेन्शनने मी चुकीच्या मार्गावर चालत गेलो. खूप लोकांनी समजून सांगितले पण कोणाचे ऐकले नाही. माझी अवस्था अशी झाली होती की, 'जगा शिकवी ब्रह्मज्ञान आणि स्वत: राहिलो कोरडा पाषाण.' इतरांना खूप चांगले ज्ञान देत होतो, पण घरात देता येत नव्हते. कारण मी जगाला बदलत होतो, पण स्वत: काही बदलत नव्हतो.

१ जानेवारी, २०१९ ला कुटुंबीयांसमवेत गणपती दर्शनासाठी गेलो. दर्शन करून येत असताना रस्त्यावरील डिव्हायडरला खेटून आमच्या बाजूने आयशर टेम्पोने आम्हाला धडक दिली. आम्ही वाचलो पण आमच्या आवडत्या कारचे अतोनात नुकसान झाले. देवाला विचारलं, हे असे माझ्याबाबतीतच का घडते? याचे देवाने उत्तर दिले नाही पण माझ्या कुटुंबाने व मित्रांनी सांगितले की, गाडीचे दु:ख काही मानू नको. बहीण म्हणाली, तुम्ही सर्व वाचले अशा १० गाड्या तू घेशील. तुमचा जीव वाचला हे काय कमी आहे का? कुटुंबीय व मित्र म्हणाले, हे सर्व घडले त्यातून काहीतरी चांगले घडणार. तुला गाडीने जीवदान दिले. याचा अर्थ तुला स्वत:ला बदलावे लागेल, चांगले वागावे लागेल, चांगल्या लोकांची संगत धरावी लागेल.

मग काय, मी स्वत:ला बदलायला सुरूवात केली आणि काय सांगू तुम्हाला माझे जीवन खूप छान पद्धतीने बदलले. त्यासाठी मी माझ्या कुटुंबीयांचा व मित्रांचा तसेच देवाचा व सृष्टीचा खूप आभारी आहे.

धन्यवाद!

आभार

मी खूप आनंदी आहे आणि राहणार कारण जगातील सर्व माणसे, वस्तू, प्राणी, पृथ्वी, हवा, अग्नी, आकाश, पाणी या सर्वांमुळे माझे जीवन खूप आनंदी आहे. त्यांचे आभार मानावे तितके कमीच आहेत.

'चला यशाकडे प्रेमाने, आनंदाने' हे पुस्तक लोकांना खूप आवडेल व या पुस्तकात ज्या गोष्टी मी स्वानुभवातून सांगितल्या आहेत त्या समजून, ते आपल्या जीवनामध्ये खूप चांगली प्रगती करू शकतील. कारण मी माझ्या कुटुंबाचा व जगाचा अभ्यास करून स्वत:मध्ये बदल घडवून खूप चांगली प्रगती करू शकलो. मी एका पुस्तकामध्ये वाचले होते व ऐकले होते, (स्वत:मध्ये) प्रत्येक माणसामध्ये एक युनिक टॅलेन्ट असते. एखादी चांगली सवय असते. ती चांगली सवय माझी अशी की, मला जगातील लोकांना मदत करायला खूप आवडते.

'चला यशाकडे प्रेमाने, आनंदाने' हे पुस्तक वाचल्यानंतर तुमचे कोणाशाही भांडण होणार नाही. जीवन खूप आनंदी राहील, खूप पैसा राहील. सर्वात महत्त्वाचे म्हणजे तुम्ही सर्व जगावर व लोकांवर प्रेम कराल आणि जिथे प्रेम व आनंद आहे तिथे लक्ष्मी अर्थात् पैशांचा वास नेहमीच असतो.

मी खूप आनंदी आहे कारण संपर्कात आलेल्या प्रत्येक व्यक्तीने केलेल्या मदतीमुळे हे पुस्तक प्रकाशित होऊन लोकांना चांगले सकारात्मक विचार मिळतील व त्यांची छान प्रगती होईल त्यासाठी त्यांचे खूप-खूप आभार!

मी माझे वडील मुरलीधर व आई साळूबाई वाघ, तिन्ही बहिणी बेबीआक्का, छबाबाई व कल्पनाआक्का या सर्वांचा खूप आभारी आहे. माझी पत्नी वंदना व भाऊ गौतम, अश्विनी, आमच्या मुली पायल, वैष्णवी व मुले प्रथमेश, साहिल व चेतन या सर्वांचा खूप आभारी आहे.

मी माझ्या जीवनात आलेले सर्व गुरू किरण पाटील (पाळेकर) सर, अनिल तिडके, माझे मित्र भारत विधाते, संजय वाघ, गोविंद काठे, शरदमामा, सुनील तिडके, विष्णू काठे, सोपान काठे व माझे चुलत बंधू गोविंद वाघ या सर्वांचा खूप आभारी आहे. या सर्वांनी एका दगडाला नुसता आकारच नाही तर चकाकी दिली. चमकणारा हिरा बनविला (डायमंड); आणि मला सर्वांनी डायमंड पदवी दिली. त्यासाठी मी सर्वांचा खूप आभारी आहे. धन्यवाद!

मी अशा लोकांचासुद्धा खूप आभारी आहे; ज्यांनी आमच्यासमोर संकटे उभी करून आम्हाला संकटांना सामोरे जायची नुसती शिकवण नाही, तर मदतही केली आणि आम्ही त्या संकटांतून व्यवस्थित बाहेर पडलो. त्यामुळे मी अधिक कडक व

टणक बनत गेलो. त्या सर्व व्यक्तींचा मी आभारी आहे; ज्यांच्यामुळे माझी प्रगती झाली. धन्यवाद!

मी खूप आनंदी आहे की, माझे मामा फकिरा तुकाराम खोडे हेसुद्धा माझे गुरूच आहेत. त्यांनी प्रत्येक वेळी मला चांगला सल्ला दिला. त्यांचा मी खूप आभारी आहे.

देवाच्या व सृष्टीच्या मदतीने वरील सर्व लोकांनी व कुटुंबीयांनी माझ्या जीवनात व माझ्यात प्रत्यक्ष बदल घडवून आणला व मला बदलण्यासाठी मदत केली. त्यासाठी सर्वांचा मी खूप आभारी आहे.

मी व माझे कुटुंब जगातील सर्व सकारात्मक पुस्तक लिहिणाऱ्या व्यक्तींचा व लेखकांचा खूप आभारी आहे.

धन्यवाद!

१ स्वतःशी प्रामाणिक कसे राहिले पाहिजे?

आमच्या गावातील प्रगतशील शेतकरी अनिलभाऊंच्या बंगल्याचे काम चालू होते. त्यावेळी त्यांना पहिल्यांदाच भेटलो. मग छान गप्पागोष्टी झाल्या आणि त्यांच्याशी माझी छान मैत्री झाली.

अनिलभाऊंनी १९९७ साली शेती व्यवसायाला सुरूवात केली तर मी २००० साली. अनिलभाऊ उत्कृष्ट पद्धतीने शेती करत होते. ते आणि त्यांचे भाऊ कुटुंबीयांसमवेत उत्तम शेती करायचे. आमची परिस्थिती गरिबीची. त्यात शेती व्यवसायाचा अनुभव नाही. आपणही इतर प्रगतशील शेतकऱ्यांप्रमाणे छान शेती कशाप्रकारे करू शकू? असा विचार कायम माझ्या मनामध्ये चालू असायचा. त्यासाठी मी इतर प्रगतिशील शेतकऱ्यांचा अनुभव घ्यायचो. त्यांच्यासारखी मोटारसायकल, कार व सुसज्ज बंगला आपणही कधी बांधणार? असे कायम मनामध्ये विचार चालत असत.

अनिलभाऊंनी उत्कृष्ट फुलकोबी (फ्लॉवर) चे पीक लावले होते. ते पीक व त्या पीकाची शेतातील रचना मला खूप आवडली. मी त्यांना म्हटले, आपण लावलेली फुलकोबी खूप छान आहे. तुम्ही बंगल्यासाठी जो खर्च करत आहात, तेवढे उत्पन्न तुम्हाला या पीकातून मिळेल; याचा मला विश्वास आहे.

ते माझ्याकडे बघतच राहिले. कारण फुलकोबीचे पैसे अजून येणार नव्हते, तरी हा व्यक्ती असे कसे बोलतो. तरीसुद्धा त्यांना माझे बोलणे आवडले. त्या दिवसापासून ते मला खूप आदर देत गेले व मला पण कोणीतरी आपलं आहे; असे वाटत गेले.

एका वर्षी मला माझ्या शेतीत चांगले उत्पादन मिळाले नाही. मग त्यांच्या शेतात गेलो व त्यांना म्हणालो तुम्ही जशी उत्कृष्ट शेती करतात त्याच पद्धतीने मला शेती करायची आहे. त्यांनी थोडा विचार करून मला सांगितले की, तू जी शेती करतोय तीसुद्धा खूप चांगल्या पद्धतीने करतो आहे. मी म्हणालो, अनिलभाऊ तेवढे उत्पन्न पीकात मिळत नाही. त्यावर ते म्हणाले, असे कसे उत्पन्न मिळत नाही. १००% उत्पन्न मिळणार आणि आपण ते मिळवणारच! असा आत्मविश्वास आपल्यात असला पाहिजे. आपण उत्कृष्ट कर्म केले पाहिजे. तेवढा विश्वास पीकावर ठेवला पाहिजे.

अरे! सुरेश तुला मी एका अंध व्यक्तीची गोष्ट सांगतो. तुला ती खूप आवडेल.

मी म्हणालो, हो सांगा ना!

अंध व्यक्तीचा सहसा कधीच अपघात होत नाही, कारण तो डोळस व्यक्तीवर विश्वास ठेवून पुढे चालत असतो. जर पुढे खड्डा असेल, तर अगोदर डोळस व्यक्ती खड्ड्यात पडतो. म्हणून सहसा अंध व्यक्तीचा अपघात होत नाही.

जसा अंध व्यक्ती डोळस व्यक्तीवर विश्वास ठेवतो तसेच आपल्याला यशस्वी व्हायचे असेल तर यशस्वी लोकांवर किंवा त्यांच्या अनुभवांवर विश्वास ठेवला पाहिजे. तरच आपल्याला १००% यश मिळू शकते.

सुरेश, तू कधी असे ऐकले आहे का, अंध व्यक्तीचा अपघात झाला आहे.

मी म्हणालो, नाही असे कधी ऐकले नाही.

मग सुरेश, तू वृत्तपत्रामध्ये असे कधी वाचले आहे का की, अंध व्यक्तीचा अपघात झाला आहे?

मी म्हणालो, नाही.

मग कोणाचा अपघात झाला आहे, असे वृत्तपत्रामध्ये वाचले.

मी म्हटले, ज्यांना चांगले डोळे आहेत. त्यांचा अपघात झालेला ऐकला आहे.

अनिलभाऊ म्हटले, बरोबर! मग असे का होते? याच्याविषयी तू कधी विचार केला आहे का की, अंध लोकांचा अपघात झाला पाहिजे होता. पण इथे ज्यांना चांगले डोळे आहेत, त्यांचेच अपघात होतात.

हो अनिलभाऊ, तुम्ही जे सांगता ते खरोखरच बरोबर आहे. पण मलासुद्धा असा विचार पडला आहे की, असे कसे होत असेल?

मी तेच तुला सांगणार आहे सुरेश.

मी म्हणालो, सांगा अनिलभाऊ.

तर नीट समजून घे, जेव्हा अंध व्यक्ती रस्त्याने जात असते, तेव्हा तो ज्या व्यक्तीकडे चांगले डोळे आहेत. त्या व्यक्तीचा हात हातामध्ये धरून चालत असतो. समजा, रस्त्यामध्ये जर मोठा खड्डा आला, तर आधी त्या खड्ड्यामध्ये कोण पडेल?

मी म्हटले, ज्या व्यक्तीला चांगले डोळे आहेत, ज्याला व्यवस्थित दिसते तो आधी त्या खड्ड्यात पडेल.

काही समजले का सुरेश तुला.

मी म्हणालो, नाही समजले तुम्ही नीट समजवा.

अरे, अंध व्यक्ती ज्या व्यक्तीला दिसते त्या व्यक्तीसोबत रस्त्याने चालते म्हणून त्याचा अपघात होत नाही. कारण तो दृष्टी असलेल्या व्यक्तीवर विश्वास ठेवून चालत असतो. म्हणून अंध व्यक्तीचा अपघात कधी होत नाही. म्हणून आपण जो व्यक्ती आयुष्यात यशस्वी झाला आहे, त्या व्यक्तीवर विश्वास ठेवून काम केले पाहिजे मग ते काम कोणतेही असो.

जीवनात यशस्वी झालेल्या व्यक्तीलाच माहिती असते की, तो ज्या रस्त्याने गेला, त्या रस्त्यात किती काटे आहेत. जर आपण त्या व्यक्तीचा सल्ला घेतला, तर आपणही यशस्वी होऊच. नोकरी असो किंवा कोणताही धंदा, त्या क्षेत्रातील यशस्वी लोकांवर विश्वास ठेवला पाहिजे. आपण जे काम करणार आहोत त्या कामावर विश्वास ठेवला पाहिजे. आपल्या शेतातील पीकावर विश्वास ठेवला पाहिजे आणि सर्वांत महत्त्वाचे म्हणजे, आपला आपल्या स्वत:वर विश्वास असला पाहिजे.

मग त्यांनी मला द्राक्षाच्या झाडाशेजारी नेले आणि विचारले, हे झाड कशाचे आहे? मी सांगितले द्राक्षाचे. मग याला द्राक्ष येतील का आंबे? मी म्हटले, द्राक्षच येतील. मग मला सांग द्राक्षच येण्यासाठी काय केले पाहिजे?

मी म्हटले, त्याचे चांगले संगोपन केले पाहिजे. त्याची निगा राखली गेली पाहिजे.

त्यांनी माझ्याकडे बघितले व म्हणाले, काम तर केलेच पाहिजे पण झाडाशी प्रामाणिक राहिले पाहिजे. जर आपण झाडाशी मग ते कोणतेही झाड असो, त्या झाडाला लागणारे खाद्य, पाणी हे सर्व प्रामाणिकपणे दिले पाहिजे व त्या झाडाशी किंवा त्या शेतीशी प्रामाणिक राहिले पाहिजे. मग मला सांग तू तुझ्या कामाशी किंवा शेतीशी प्रामाणिक होता का?

मी म्हटले, नाही.

मग कुठून तुझे उत्पन्न वाढेल. जगातील सर्व झाडे ही इतकी प्रामाणिक आहेत की, ते माणसाकडून काहीच मागत नाहीत. ते लोकांना चांगला ऑक्सिजन देतात, चांगली सावली देतात आणि फळेसुद्धा. ते खूप उत्कृष्ट काम करत असतात. पण काही माणसे झाडाइतके उत्कृष्ट काम करत नाही. जर आपण त्यांच्यासारखे उत्कृष्ट काम केले व त्यांची चांगली काळजी घेतली, त्यांच्यावर चांगले प्रेम केले, तर ते पण आपली व आपल्या कुटुंबाची काळजी घेतात. त्यासाठी झाडांशी आपण प्रामाणिक राहिले पाहिजे. म्हणजे झाड आपल्याशी प्रामाणिक राहते. आपण जो व्यवसाय, नोकरी करीत असू त्या कामाशी प्रामाणिक राहिले पाहिजे.

कळाले का सुरेश?

मी हो म्हणालो.

त्यांनी जे सांगितले ते खूप चांगल्या प्रकारे समजले व आवडले. मी त्यांना म्हटले, अनिलभाऊ खूप छान माहिती दिली तुम्ही. त्यांचे आभार व्यक्त करून मी घरी आलो.

रात्री ७ वाजता मी घरामध्ये विचार करीत बसलो होतो.

पत्नीने विचारले, तुम्ही कुठल्या विचारात आहेत?

मी म्हटले, काही नाही.

मग ती म्हणाली, छान जेवण केले आहे, पिठले व बाजरीची पोळी. जेवण करून घ्या! आम्ही जेवण केले आणि ९.३० वाजता झोपलो. पण मला काही झोप लागत नव्हती.

पत्नीने मला विचारले, अहो काय झाले तुम्ही अजून जागेच! रात्रीचे १२ वाजले झोपा आता. तुम्ही काही टेन्शनमध्ये आहात का?

मी म्हटले, नाही. खूप चांगल्या विचारामध्ये आहे.

ती पटकन झोपेतून उठून बसली व म्हणाली चांगला विचार! आज मला पण असे

वाटत होते की, आज काहीतरी चांगले घडणार आहे. काय विचार करीत आहात तुम्ही?

मी सांगितले की, आज अनिलभाऊंच्या मळ्यात गेलो होतो. त्यांनी मला सांगितले की, चांगले उत्पन्न हवे असेल तर शेतीशी व झाडाशी आणि स्वत:च्या कामाशी प्रामाणिक रहा. तर तू मला सांग – आपण शेतीशी किंवा कामाशी प्रामाणिक आहोत का? ती म्हणाली, मला काही कळाले नाही.

अरे आपण झाडाला लागणारे खाद्य, पाणी, औषधे व्यवस्थित व बरोबर देतो का? ते जर आपण रोज व्यवस्थित दिले, तर आपले उत्पन्न खूप चांगले वाढेल.

ती म्हणाली, हो बरोबर आहे. आपण उद्यापासून हे सर्व व्यवस्थित देऊ. तुम्ही अनिलभाऊंकडून सर्व माहिती व्यवस्थित घेऊन या.

पण माझ्या मनात अजून एक खूप चांगला विचार आला.

ती म्हणाली, काय? हे अनिलभाऊ जर झाडाशी, शेताशी व स्वत:च्या कामाशी एवढे प्रामाणिक आहेत, तर स्वत:शी व स्वत:च्या कुटुंबाशी किती प्रामाणिक असतील.

मी पत्नीला बोललो, तू ऐकून राहिली आहे ना? बघतो तर काय, मॅडम झोपल्या होत्या. मग मी पण थोड्यावेळाने झोपी गेलो.

सकाळ झाली. तिने मला झोपेतून उठवले. मी पण उठलो. आंघोळ, चहापाणी झाला.

तिने विचारले, आता काय करायचे?

मी म्हटले, त्यांच्याकडे जाऊन विचारतो काय खाद्य द्यायचे ते. मग आपण पण तसे करू. मी सकाळी सायकलवर बसून त्यांच्याकडे गेलो. त्यांना विचारले, आम्ही शेतीमध्ये काय खते वापरू व कसे पाणी देऊ आणि कशाप्रकारे प्रामाणिक राहू. त्यांना खूप हसू आले. त्यांनी सर्व काही लिहून दिले. आम्ही ते बघून शेती करायला लागलो. काही दिवस निघून गेल्यानंतर आमच्या शेतातले पीक खूप छान आले. आम्हां सर्वांना खूप आनंद झाला. कारण पहिल्यांदा आम्ही आमच्या शेतात काहीतरी चांगला बदल केला आणि त्यामुळे आमच्या शेतात खूप छान पीक आले.

मी व माझे कुटुंबीय सर्वजण एकत्र बसलो आणि त्यांच्याशी स्पष्टपणे चर्चा केली की, आपण आपल्या शेती करण्याच्या पद्धतीत ज्या प्रकारे बदल केला, शेताशी व पीकाशी प्रामाणिक राहिलो आणि उत्पन्न छान मिळाले. तसेच जर आपण एकमेकांशी प्रामाणिक राहिलो, तर खूप छान प्रगती होऊ शकते. सगळ्यांना माझा विचार खूप आवडला व आम्ही आपापल्या कामासाठी निघून गेलो. शेतीमध्ये खूप चांगले उत्पन्न झाले. सायकलच्या जागी मोटारसायकल आली. वडिलांचे कर्ज होते, त्याची बँकेला परतफेड केली. आम्ही सर्व घरातील व्यक्ती खूष होतो. अजून एक गंमत म्हणजे शेतीच्या उत्पन्नाप्रमाणेच घरातील माणसांची संख्या चाराची सहा झाली. हे सर्व असेच

कोणताही व्यवसाय असो किंवा नोकरी आपण उत्कृष्ट काम केलेच पाहिजे कारण उत्कृष्ट काम केले तरच आपल्याला त्याचे फळ चांगले मिळते; नव्हे मिळणारच...!

चांगले घडत राहावे म्हणून आम्ही देवाचे व निसर्गाचे खूप आभार मानले!

आम्हाला खूप लहान वयामध्ये एक नवीन गोष्ट शिकायला मिळाली, ती म्हणजे आपण सर्वजण स्वत:शी व स्वत:च्या कामाशी प्रामाणिक राहिले पाहिजे. हे जर आपण करीत असू, तर जीवनामध्ये आपल्याला कुठेही आणि कोणत्याही कामात अडचण येणार नाही. या दोन गोष्टी कोणत्याही कामात उपयोगी पडतात. मग ती शेती असो की व्यवसाय, धंदा किंवा नोकरी. जर आपण स्वत:शी व आपल्या कामाशी प्रामाणिक असू तर जीवनामध्ये यशस्वी नक्कीच होऊ. हे आम्हाला खूप कमी वयात शिकायला मिळाले त्यासाठी आम्ही भगवंताचे व सृष्टीचे मनस्वी आभारी आहोत.

धन्यवाद!

***

या पूर्ण विषयामधून हा एक संक्षेप किंवा शिकवण

* पहिली शिकवण : आपण सर्वजण स्वत:शी, स्वत:च्या कुटुंबाशी आणि स्वत:च्या कामाशी प्रामाणिक राहून ते आनंदाने केले पाहिजे तरच आपण यशस्वी होऊ.

* दुसरी शिकवण : स्वत:शी कसे प्रामाणिक राहावे, हे झाड शिकवते. झाड आपल्याकडून काही न घेता स्वत: निसर्गाला तोंड देऊन आपल्याला चांगले तेच देत असते.

* तिसरी शिकवण : अंध व्यक्ती डोळस व्यक्तीवर विश्वास ठेवून जसा पुढे चालतो तसेच आपण यशस्वी माणसावर विश्वास ठेवून आयुष्यात पुढे गेले पाहिजे तरच आपण यशस्वी होऊ.

धन्यवाद!

२ आपण स्वतःच आपल्या जीवनाचे शिल्पकार!

आपण स्वत:च आपल्या जीवनाचे शिल्पकार आहोत! हे लहानपणापासून ते वयोवृद्ध होईपर्यंत कित्येकवेळा ऐकतो. पण ते व्यवहारात आणत नाही. त्यात आपली काही चूकही नाही. कारण शाळेत शिक्षकांकडून, कुटुंबात वडिलधाऱ्यांकडून तसेच मित्रांकडूनसुद्धा खूप वेळा ऐकलेले असते. तेच तेच ऐकले म्हणून काही जणांच्या मनामध्ये तो सुविचार शिरत नाही आणि त्यांचे मन ते मान्य करीत नाही. जसे रोज वांग्याची भाजी खाल्ली तर कंटाळा येतो. तसा कायम तेच ते ऐकल्याने त्याचा कंटाळा येतो. ठीक आहे, असो! आपण पुढे जाऊ.

आपण स्वत:च आपल्या जीवनाचे शिल्पकार आहे, आहोत व कायमच राहणार! हे जगामध्ये सर्व ज्ञानी लोकांनी सिद्ध केले आहे. त्याविषयी आपण खूप छान पद्धतीने जाणून घेणार आहोत. एक नवीन पद्धत जी आपणास व आपल्या कुटुंबीयांना खूप आवडेल आणि तुम्ही कायम आनंदी राहाल.

माझ्या वडिलांना ४ ऑक्टोबर, २००० साली देवाज्ञा झाली. ४ जून, २००२ साली माझे लग्न झाले. लग्नानंतर सर्व काही छान चालले होते. नित्याने शेती करायची, चांगले पैसे मिळायचे. २००० साली वार्षिक उत्पन्न ५० हजार, तर दोन वर्षांनी ते २ लाखांपर्यंत पोहोचले. महागाई वाढत चालली होती आणि आम्ही उत्पन्न वाढविण्यासाठी राबराब राबत होतो. इतके कष्ट करत होतो, की एखादा माणूस वैतागून शेतीच करणार नाही. आम्ही दोघे भाऊ रोज २० तास शेतात काम करायचो. तरीसुद्धा अपेक्षित उत्पन्न मिळत नव्हते. दरवर्षी वेगवेगळा भाजीपाला करायचो. घर व्यवस्थित चालेल एवढे पैसे मिळायचे पण मनाने बघितलेली छान स्वप्नं कशी व कधी पूर्ण होणार?

जगण्याइतके पैसे तर भिकारीसुद्धा कमवितो. मग आपण काय केले पाहिजे? या गोष्टीचा विचार सतत मनामध्ये येत असे. त्यात पत्नी व भाऊ यांचे असे म्हणणे होते; की आपण जर रोज २० तास काम करतो. असेच काही वर्षे चालत राहिले, तर आपण जिवंत नाही राहू शकत. आता काहीतरी पीक बदलायला पाहिजे. जेणेकरून १२ तास काम करून चांगले पैसे येतील व आपली स्वप्नं पूर्ण होतील.

पत्नी म्हणाली, अनिलभाऊंनी जे पीक लावले आहे ते आपण लावू. मीपण थोडा

विचार केला. मग मी तिला म्हटले, अनिलभाऊंकडे जातो आणि त्यांना विचारतो. अनिलभाऊ त्यांच्या शेतात भेटले नाही, मी घरी परत आलो. दुसऱ्या दिवशी म्हणजे १ जून, २००३ रोजी पुन्हा त्यांच्याकडे गेलो. त्यावेळेस आमच्याकडे मोबाईल फोन नव्हता. ते शेतातच होते. त्यांनी मला बघितले आणि त्यांच्याकडे मी आल्याच्या आनंदाने स्मितहास्य केले. त्यांच्याइतकाच मलाही खूप आनंद झाला होता.

त्यांनी विचारले, सुरेश घरचे व शेतीचे कसे काय चालले आहे?

मी म्हटले, खूप छान! थोडेफार पैसे स्वतःचे शिल्लक आहेत.

अनिलभाऊ म्हटले, अरे वा! खूपच छान!!

अनिलभाऊ म्हटले, २००० साली जेव्हा तुम्ही शेती करायला मुंबईहून जानोरीला आल्याचे आम्हाला कळाले. तेव्हा मला खूप वाईट वाटले. कारण तुम्ही मुंबईलाच शिक्षण घेऊन एखादी चांगली नोकरी किंवा व्यवसाय करायला पाहिजे. असे आम्हांला वाटत होते. पण ठीक आहे, जे झाले; ते झाले आणि जे होणार आहे तेसुद्धा चांगलेच होणार आहे.

ठीक आहे. हा, बोल काय काम काढले माझ्याकडे आणि मी तुला काय मदत करू शकतो? ते हसून बोलले व मीसुद्धा गालात हसलो.

मी त्यांना म्हटले,; अनिलभाऊ आम्हांला तुमच्यासारखी गाडी, छान बंगला बांधायचा आहे. हो, अजून एक खूप महत्त्वाचे म्हणजे तुम्ही ज्या पद्धतीने द्राक्षाची शेती करतात; तशीच आम्हाला पण करायची इच्छा आहे. तेव्हा खासकरून शेतीविषयी आपण बोलू.

अनिलभाऊ म्हटले, ठीक आहे. देतो तुला योग्य सल्ला! पण तुला माझा सल्ला पटला पाहिजे आणि विश्वासही ठेवला गेला पाहिजे.

मी म्हटले, ठेवेल विश्वास! पण मला तुम्ही जसे द्राक्षाचे काम केले आहे तसेच करायचे आहे.

ते ऐकून अनिलभाऊ खूप हसले. मी आत्मविश्वासाने त्यांना म्हटले, की तुमच्या शेतामध्ये जशी द्राक्षाची फिटींग केली आहे, तशी माझ्या शेतात असल्याचे स्वप्न मी बघत आहे. माझा हा कडक आत्मविश्वास पाहून तेसुद्धा धर्मसंकटात पडले. आता सुरेशला काय सल्ला द्यायचा. ते मला म्हटले, की तू उद्या ११ वाजता माझ्याकडे ये. मी तुला योग्य काय ते सांगेन.

मी दुसऱ्या दिवशी अनिलभाऊंकडे ११ वाजता गेलो. त्यांनी मला सांगितले की, द्राक्ष करायचे असेल तर ४० गुंठ्यांच्या क्षेत्राला दोन वर्षांचा ३ लाख रुपये इतका खर्च येतो व तिसऱ्या वर्षाला चांगले उत्पन्न मिळते. तीन लाख रुपये दोन वर्ष व एक लाख रुपये तिसरे वर्ष असे एकूण ३ वर्षांचे ४ लाख रुपये खर्च होतील. तुझ्याकडे एवढे पैसे

आहेत का?

मी म्हटले, नाही.

त्यावर ते म्हणाले, सुरेश तू द्राक्ष लावू नको.

मी त्यांना म्हटले, बँकेकडून कर्ज (लोन) घेतो व बाग चांगल्या प्रकारे लावतो.

त्यांनी स्पष्टपणे मला 'नाही' म्हणून सांगितले. याच्यापुढे बघ तुझी मर्जी.

मी त्यांना म्हटले, आम्हाला जमणार नाही का?

ते म्हणाले, खूप छान जमेल. पण कर्जाचा डोंगर करून द्राक्षबाग लावू नको.

मी म्हटले, ठीक आहे. मी घरच्यांसोबत विचारविनिमय करतो आणि त्यांना 'धन्यवाद' म्हणून घरी परतलो.

दुसऱ्या दिवशी सकाळी पत्नी व भाऊ यांनी विचारले, अनिलभाऊंनी काय सांगितले?

मी म्हटले, त्यांचे असे म्हणणे आहे की, कर्ज काढून द्राक्षबाग अजिबातच लावू नको.

भाऊ म्हटला, अरे हे सर्व मोठे लोक आपल्यासारखा माणूस पुढे जाईल म्हणून काहीपण खोटे बोलतात. आपले स्वप्नं आहे ना द्राक्षबाग लावण्याचे. तर चल आपण लावूनच देऊ.

२००३ साली आम्ही चार लाख रुपये कर्ज काढून ८० गुंठे द्राक्षबाग लावला आणि २००५ साली आम्हाला पहिले उत्पन्न ५ लाख रुपये मिळाले. २००५ पर्यंत व्याजासह ५ लाख ८० हजार रुपयांची बँकेला परतफेड केली, तर अजून तीन लाख रुपये भांडवल लागेल. हे जेव्हा समजले तेव्हा अनिलभाऊंची आठवण झाली आणि आम्ही कर्जाच्या बोजात चांगलेच अडकलो. त्यामुळे आमच्या सर्वांची मानसिकता खराब झाली. असे वाटले; आपण जो भाजीपाला करायचो, तेच बरे होते. घरातील मानसिकता खराब झाल्याने मी खूप विचार करायचो, आता कसे काय या संकटातून बाहेर निघायचे?

आमच्या गावाशेजारी विमानतळ असल्याने विमाने आमच्या शेतावरून जात असत. तेव्हा मी जे घडू शकणे शक्य नाही तो विचार करायचो, की समजा एखाद्या विमानातून दहा लाख रुपयांची बॅग जर आपल्या शेतात पडली तर खूप छान होईल. त्याचवेळी आमच्या कुटुंबाच्या सदस्यात भर पडली. आम्हाला मुलगा झाला. त्याचे नाव मुरलीमनोहर ठेवले. मुलगा झाल्याने आम्ही सर्व खूप खूष होतो.

एक दिवस मी जानोरी गावामध्ये गेलो. तेथे एका दुकानामध्ये एक छान कपडे घातलेला माणूस काहीतरी बिझनेस प्लॅन सांगत होता. मला तो प्लॅन काही समजला नाही. पण तो व्यक्ती खूप आनंदाने व खरे बोलत होता. त्यामुळे मला असे वाटले की, हा माणूस आपले काहीतरी भले करेल.

मिटींग झाल्यानंतर मी त्यांना भेटायला गेलो. त्यांच्या गाडीजवळ खूप गर्दी होती. लोकांनी मला त्यांना भेटू दिले नाही. मी भेटायला पुढे चाललो, की माणसे मागे ओढायचे. त्यामुळे मला त्यांना भेटताच आले नाही. देवाला मला खूप चांगली संधी द्यायची होती म्हणून त्यावेळी आमची भेट झाली नाही. थोड्या वेळाने ते निघून गेले. त्या दिवशी संपूर्ण रात्र मला झोपच लागली नाही. असे झाले होते, की सकाळ कधी होईल आणि मी त्या माणसाला भेटेल.

मग काय सकाळी लवकर उठून मी माझी सर्व कामे आवरून ८ वाजता ज्या ठिकाणी मिटींग झाली तेथे गेलो. त्यांना विचारले, काल जे साहेब आले होते ते कोण होते? त्यांचा पत्ता मिळेल का? मग त्या दुकानातील व्यक्तीने त्यांचा पत्ता दिला. ते २५ किलोमीटर पिंपळगाव येथे राहत होते. त्यांचे शुभनाव किरण पाटील (पाळेकर) सर व त्यांच्या पत्नीचे नाव सौ. सीमा पाटील. मी त्यांच्या घरी पिंपळगावला गेलो पण आमची भेट झाली नाही. सौ. पाटील वहिनी म्हणाल्या; तुमचा फोन नंबर द्या ते आले, की मी त्यांना तुम्हाला फोन करण्यासाठी सांगते. मी माझा फोन नंबर देऊन घरी निघून आलो आणि त्याच दिवशी ४ वाजता पाटीलसरांचा फोन आला. मी फोन घेतला आणि विचारले आपण कोण? ते म्हटले, मी किरण पाटील.

मी म्हटले, अरे वा! नमस्ते सर.

सर म्हणाले, तुम्ही माझ्या घरी आला होता.

मी म्हटले, हो. आमच्या गावी येऊन तुम्ही जो बिझनेस प्लॅन सांगितला, तो मला व्यवस्थित कळला नसल्याने परत समजून घ्यायचा आहे.

ते म्हटले, माझ्याकडे सध्या वेळ नाही आहे. मी तुला फोन करेल.

मी म्हटले, ठीक आहे.

त्यांच्या फोनची दोन दिवस वाट पाहिली पण त्यांचा फोन आलाच नाही.

५ डिसेंबर, २००६ रोजी त्यांचा सायंकाळी फोन आला. ते मला म्हटले, की आम्ही उद्या फ्रिडम फंक्शनसाठी सुरतला चाललो आहोत, तर तू तेथे येशील का?

मी म्हटले, हो नक्की.

ते म्हटले, पहाटे ४ वाजता तू तयार रहा, मी तुला घेण्यासाठी येतो.

मी खूप खूष झालो. मला रात्रभर झोपच लागली नाही. तीन वाजता अंघोळ करून तयार झालो. सर बरोबर पावणेचार वाजता मला घेण्यासाठी आले व मी त्यांच्या गाडीत पिंपळगाव येथे आलो. तेथून तवेरा गाडीमधून आम्ही आठ व्यक्ती सुरतला आलो. पहिल्यांदाच सुरत बघितले. खूप आनंद झाला. तेथे पहिल्यांदाच आपोआप गरम पाणी तयार होते. ते बघितले आणि मग मिटींगला पोहोचलो. तेथे गेल्यानंतर तेथील दृश्य व तेथे जमलेले स्त्री-पुरुष एकदम स्मार्ट, काळा कोट टाय, स्वच्छ कपडे, काळे शूज

त्यांनी परिधान केलेले होते. ते दृश्य पाहून असे वाटले, की मी वकिलांच्या मिटींगला आलो आहे की काय? थोडी भीती वाटायला लागली. त्यात सरांनी एन्ट्री तिकीट हातात दिले. बघतो तर काय त्याची किंमत ६०० रुपये होती. मी तर खूप टेन्शनमध्ये आलो. असे वाटले, किरण सरांनी मला फसविले, आता काय करायचे?

सरांनी सर्वांना मिटींग हॉलमध्ये नेले. सहा तास कार्यक्रम चालणार होता. पहिले स्पिकर सपत्नीक आले. त्या दोघांनी व्यवसायाविषयी खूप छान माहिती सांगितली. ती ऐकून ६०० रुपयांचे टेन्शन निघून गेले. कार्यक्रम जसजसा संपत येत होता, तसतसा माझा आत्मविश्वास वाढत होता. मनामध्ये असे म्हटले, की ६०० रुपये गेले पण मी ६० लाख रुपये कमविण्याचा आत्मविश्वास मिळवला. त्यात काही स्पिकर व त्यांच्या पत्नी इंग्रजीतून बोलत होते. मला इंग्रजी येत नाही तरी त्यांच्या बोलण्यातील आत्मविश्वास बघून मला इंग्रजी समजत होते. कार्यक्रम जसजसा रंगत गेला तसतसा माझा आत्मविश्वास वाढत होता. माझा आत्मविश्वास इतका वाढला, की मी संपूर्ण जग जिंकणार असे वाटायला लागले. कार्यक्रम संपला. सगळे एकत्र आले, मीपण त्यांच्यात सामील झालो.

सरांनी विचारले, कसा वाटला कार्यक्रम तुम्हांला?

मी म्हटले, खूप छान! हा व्यवसाय मीसुद्धा करू इच्छितो, त्यासाठी मला काय करायला हवे?

ते म्हटले, तू काय करू शकतो?

मी त्यांना म्हटले, की खोटे बोलणार नाही व चोरी करणार नाही. असे काही चुकीचे करावे लागत असेल, तर मी हा व्यवसाय करणार नाही. तसे काही नसेल तर

१००% हा व्यवसाय मी करणार.

ते म्हटले, या व्यवसायामध्ये खोटे चालत नाही, चोरीही चालत नाही.

मग मी खूप छान पद्धतीने हा व्यवसाय करेल. त्यासाठी मला काय करावे लागेल?

किरण सर म्हटले, यावर आपण उद्या चर्चा करू. आता सर्वजण जेवण करू व घरी जाऊया.

आम्ही सर्वजण बोललो, ठीक आहे सर. चला आता.

दुसऱ्या दिवशी मी किरण सरांच्या घरी गेलो व त्यांना विचारले, मी आता काय करू?

ते म्हटले, तू स्वतःला बदलायला तयार आहे का?

मी थोडा विचारात पडलो. स्वतःला बदलायचे! मी वाईट तर दिसत नाही. सर असे का बोलताय हे काही समजेना.

सरांना म्हटले, सर नीट सांगा जेणेकरून मला समजेल.

सर म्हटले, हा जो व्यवसाय आहे. हा पहिले स्वतःला बदलायचा व्यवसाय आहे. स्वतः बदलले, की मग दुसऱ्यांना सांगायचे.

मग मी माझ्यामध्ये बदल करण्यासाठी काय करू ते सांगा.

ते म्हणाले, स्वतःला चांगले कपडे, छान बूट घे, चांगल्या लोकांच्या संगतीत ये.

मी म्हणालो, हे सर्व करून तुम्हाला कधी भेटू.

ते म्हणाले, पुढच्या आठवड्यात गुरुवारी आपण भेटू. चालेल ना तुला?

मी हो म्हणालो आणि तेथून परतलो.

दुसऱ्या दिवशी किरण सरांची नाशिकला भेट झाली. त्यांना मी एक प्रश्न विचारला, सर माझी स्वप्नं या व्यवसायामधून पूर्ण होतील का?

ते म्हणाले, स्वप्नं पूर्ण होतील पण ते तुझ्या शेतीला व कुटुंबाला त्रास न होता. या व्यवसायामध्ये तुझी सर्व स्वप्नं पूर्ण होतील.

मी म्हणालो, हे तर अजूनच चांगले आहे. सांगा कसा करू व्यवसाय?

ते म्हटले, तुला स्वतःला बदलावे लागेल. मी म्हणालो बदलून आलो की, हे बघा चांगले कपडे, बूटसॉक्स सगळे किती छान आहे.

ते म्हटले, हे तू बाहेरून बदलला. आता तुला आतून बदलावे लागेल.

मी म्हटले, मला धर्म बदलावा लागेल की काय?

ते म्हटले, नाही. तुला धर्म नाही बदलावा लागणार. तुला तुझी जी पण स्वप्नं आहेत ती एका कागदावर लिहून काढावी लागतील. त्यानंतर सकारात्मक व्हिडीओ (पिक्चर) बघावे लागतील किंवा ऑडीओ (ऐकणे) ऐकावे लागतील. चांगली सकारात्मक पुस्तके वाचावी लागतील व सकारात्मक लोकांच्या संगतीमध्ये राहावे लागेल. तेव्हा तुझ्यात

आतून बदल होतील. जर हा बदल तुझ्यात आतून झाला, तर तुला जीवनात कोणताही व्यवसाय, नोकरी किंवा शेतीत यश नक्कीच मिळणार.

तुला मी एक छान गणित सांगतो. ते जर तुला समजले तर तू कोणत्याही व्यवसायामध्ये नक्कीच यशस्वी होणार. पण त्या आधी स्वत:लाच बदलावे लागेल.

ते गणित तुला सांगू का?

मी म्हटले, हो सर!

तर हे गणित आहे यशस्वी व अयशस्वी लोकांचे.

१) साधन + काम + स्वप्नं = अयशस्वी

२) स्वप्नं + साधन + काम = यशस्वी

काय काही समजले सुरेश?

मी म्हटले, नाही. इथे सर्व शब्द एकसारखेच आहेत. फक्त त्यांची रचना (लिखाण) वेगळी आहे. सर मला व्यवस्थित समजून सांगा.

हे बघ व नीट ऐकून व समजून घे.

१) साधन + काम + स्वप्नं = अयशस्वी

काही माणसे हे जीवन जगण्यासाठी एक योग्य साधन शोधतात. ते शोधल्यानंतर त्याच्यावर काम करतात. मग छोटी-मोठी स्वप्नं बघतात. म्हणजे जेवढा इन्कम, तेवढीच स्वप्नं बघतात व जीवनामध्ये तडजोड करून घेतात. म्हणून ते अयशस्वी राहतात. पण यशस्वी माणसे हाच सिद्धांत (फॉर्म्युला) वेगळेपणाने वापरून स्वप्नं पूर्ण करतात आणि यशस्वी होतात. शिव खेरा यांच्या 'यश तुमच्याच हातात' ह्या पुस्तकात ते सांगतात, की विजेते वेगळ्या गोष्टी करत नाहीत ते त्या गोष्टी वेगळ्यापणाने करतात. म्हणून ते यशस्वी होतात. ते कसे बघ –

२) स्वप्नं + साधन + काम = यशस्वी

यशस्वी माणसे पहिल्यांदा खूप छोटी, मध्यम स्वप्नं किंवा मोठी स्वप्नं बघतात. मग त्यावर खूप विचार करतात. ही छोटी किंवा मोठी स्वप्नं पूर्ण करण्यासाठी आपल्याकडे योग्य साधन आहे का? साधन जर नसेल, तर ते योग्य साधन शोधतात. मग त्या साधनांवर खूप छान काम करतात म्हणून ते यशस्वी होतात. जगात सर्वच लोक काम करतात. त्या कामाचे दोन प्रकार असतात. (१) Hard Work (खूप कष्टाने काम करणे) (२) Smart Work (बुद्धीने काम करणे)

१००% लोकांमध्ये ८०% लोक खूप कष्टाने काम करतात व २०% पैसे कमवतात. म्हणून त्यांची स्वप्नं पूर्ण होत नाही. यांच्यापैकीच १००% मधून काही लोक २०% काम करतात आणि ८०% पैसा कमवतात म्हणून त्यांची सगळी स्वप्नं पूर्ण होतात आणि ते यशस्वी होतात.

खूप कष्टाने काम करतात त्याला हार्ड वर्क म्हणतात.

हुशारीने / बुद्धिने काम करतात त्याला स्मार्ट वर्क म्हणतात.

माशाला पकडण्यासाठी जर गळाला बर्फी, गुलाबजाम, आईस्क्रिम लावून चालत नाही तर त्याच्या आवडीचे खाद्य जर गळाला लावले तरच तो त्याकडे आकर्षित होऊन गळाला लागतो. तसेच आपण लोकांच्या हिताच्या दर्जेदार वस्तूंची निर्मिती केली तरच ते त्याकडे आकर्षित होतात, त्या वस्तूंची मागणी वाढते आणि आपला व्यवसाय तेजीत चालून आपण यशस्वी होतो.

छोटे व मोठे स्वप्नं + योग्य साधन + उत्कृष्ट काम = यशस्वी

चांगला भक्तियोग + चांगला ज्ञानयोग + चांगला कर्मयोग = चांगला यशयोग

येथे दाखविल्याप्रमाणे स्वप्नांची चांगली भक्ती केली पाहिजे. ती पूर्ण करण्यासाठी चांगले ज्ञान घेऊन उत्कृष्ट कर्म केले पाहिजे. मग आपल्याला आपली स्वप्नं पूर्ण करण्यासाठी चांगले यश आपोआप मिळणार हे निश्चित.

श्रीमंत व्यक्ती काय काम करून भरपूर पैसा कमवतात आणि यशस्वी होऊन त्यांची स्वप्ने पूर्ण करतात. याचे छान उदाहरण देतो. ते तुला सांगितले तर आवडेल का?

मी म्हणालो, हो सर नक्कीच आवडेल.

तर व्यवस्थित ऐक आणि समजून घे. समजा आपल्याला नदीतून किंवा समुद्रातून मासा पकडायचा असेल, तर आपण मासा पकडण्यासाठी कुठले साधन वापरतो.

मी म्हटले, मासे पकडण्याचे जाळे वापरतो आणि मासा पकडण्यासाठी गळ वापरतो. याचा वापर करून आपण मासे पकडतो.

सर म्हटले, एकदम बरोबर! समज आपण मासे पकडण्यासाठी छान गळ घेतला आणि त्या गळाला माशाचे खाद्य म्हणून गुलाबजाम लावला, तर मासा गळाला लागेल का?

नाही सर!

मग बर्फी गळाला लावली, तर मासा गळाला लागेल का?

नाही सर!

मग जिलेबी गळाला लावली, तर मासा गळाला लागेल का?

मी म्हटले, नाही सर!

मग काय गळाला लावले, तर मासा गळाला लागेल.

मी म्हणालो, सर माशाला खाण्यासाठी त्याला आवडणारे खाद्य असते ते गळाला लावावे लागेल अन्यथा मासा गळाला लागणार नाही.

सर म्हटले, शाब्बास सुरेश! एकदम बरोबर उत्तर दिले. जे माशाला आवडते ते आपण त्याला दिले, तर मासा आपल्या गळाला लागेल. तसेच हे श्रीमंत लोक असे साधन शोधतात, की त्या साधनामुळे त्या लोकांना आवडणाऱ्या गरजेच्या वस्तू तयार करतात. तसेच जगातील सर्व यशस्वी लोक समाजाला काय हवे आहे ते शोधून तशा वस्तूंची (प्रॉडक्ट्सची) निर्मिती करतात. त्या वस्तूंमुळे लोकांचा फायदा करतात. मग सर्व लोक त्यांच्या कुटुंबाच्या सोयीसाठी त्या वस्तू विकत घेतात. त्यामुळे त्या वस्तूंचा व्यवसाय करणाऱ्या व्यापाऱ्यांचा चांगला खप (टर्नओव्हर) होतो. अशा रितीने यशस्वी लोक बुद्धीने यशस्वी होतात व कायम श्रीमंत राहतात. तसेच आपणही जर आपल्याला

यशस्वी व्हायचे असेल; तर इतरांना आवडेल अशा वस्तूंचा शोध लावला आणि त्या वस्तू लोकांनी विकत घेतल्या तर आपण यशस्वी होऊ.

काही समजले का सुरेश तुला?

मी एवढे सगळे ऐकून गप्प व सुन्न झालो. मला असे वाटले असेच ऐकत राहावे. माझी बुद्धी खूप जोराने धावायला लागली होती; अगदी १५० च्या वेगाने. कारण जीवनातील छोटे पण खरे सत्य मला दिसत होते.

मी सरांना म्हटले, सर तुम्ही मला देवाप्रमाणे भेटलात! मी माझ्यात बाहेरून व आतून १००% बदल घडवणार. मी तुमचा खूप खूप आभारी आहे, धन्यवाद! आपण पुन्हा भेटूया सर! असे म्हणून मी आनंदात घरी आलो.

मी घरी आलो. ७ वाजता जेवण केले व शांतपणे बसलो. झोपायला गेलो तरी झोप काही लागेना. सरांनी जे सांगितले त्याविषयी मनामध्ये सारखा विचार चालू होता. मी स्वत:ला म्हटले, की मी २००६ मध्ये २४ वर्षांचा झालो. पण अजून काहीच शिकलो नाही. मला माझ्यासाठी व माझ्या कुटुंबासाठी स्वत:ला आतून व बाहेरून स्वच्छपणे बदलावे लागेल तरच मी माझ्या जीवनाचा शिल्पकार बनेल.

ह्या वर्षी सुद्धा आम्हाला खूप चांगले शिकायला मिळाले. त्यासाठी आम्ही भगवंताचे व सृष्टीचे मनस्वी आभार मानले.

धन्यवाद!

या पूर्ण विषयामधून हा एक संक्षेप किंवा शिकवण

* पहिली शिकवण : काम व कष्ट नक्कीच करा पण काम करताना बुद्धीचा वापर करून काम करा. कारण देवाने श्रीमंताला पावशेर मेंदू दिला आहे व गरिबाला पण पावशेरच मेंदू दिला आहे. व्यक्ती त्याच्या बुद्धीनुसार काम, कष्ट करतो व पुढे जीवनात यशस्वी होतो.

* दुसरी शिकवण : प्रत्येक माणसाने स्वत:ला आतून व बाहेरून बदलायला पाहिजे. त्यासाठी सकारात्मक ऑडीओ-व्हिडीओ ऐकले व पाहिले पाहिजे. सकारात्मक पुस्तके वाचली पाहिजे आणि चांगल्या व्यक्तींची संगत धरली पाहिजे तरच आपण यशस्वी होऊ.

* तिसरी शिकवण : आपण दोन कामे शिकलो – एक हार्ड वर्क (खूप कष्टाने काम करणे) दुसरे स्मार्ट वर्क (बुद्धीने काम करणे)

* चौथी शिकवण : जीवनामध्ये यशस्वी व्हायचे असेल, तर आपण यशस्वी होण्याचे गणित कायम लक्षात ठेवा.
  स्वप्नं + साधन + काम = यशस्वी
  भक्तियोग + ज्ञानयोग + कर्मयोग = यशाचा योग

* पाचवी शिकवण : प्रत्येकाला आयुष्यात यश, पैसा आणि स्वप्नं पूर्ण करायची असतील, तर त्या व्यक्तीने समाजोपयोगी वस्तूंची निर्मिती करून त्याचा व्यवसाय केला पाहिजे. तरच आपली स्वप्ने पूर्ण होऊ शकतात तसेच आपणही यशस्वी होऊ.

हे सर्व आपण सर्वांनी केले तर नक्कीच आपण आपल्या जीवनाचे शिल्पकार बनू.

धन्यवाद!

३ | वय माणसाच्या शरिराला असते, ज्ञानाला नसते

मी सकाळी लवकर उठून आंघोळ करून चहा पिऊन शेतात काम करायला गेलो. घरातील माणसे माझ्याकडे सारखे टकमक-टकमक बघत होती. कारण कधी लवकर न उठणारा हा प्राणी रोज पहाटे पाच वाजता झोपेतून उठून सर्व नित्यनेम आवरून शेतात जात असे. कामाचा उत्साह खूप वाढला होता. पटापट काम करायचो. माझे असे वागणे पाहून घरातील सर्व व्यक्तीपण लवकर उठून शेतात काम करीत असे. माझा लहान भाऊ मला बोलला, की आम्हाला तुझ्यामध्ये खूप छान बदल दिसतो आहे असे काय झाले. भाऊ म्हटला, एक दिवस तू सुरतला गेला होता. काय पाहून आला सुरतवरून. मी त्याला म्हटले, सगळे एकत्र जेवणासाठी बसलो की सांगेल.

शेतातील सर्व कामे आवरून दुपारी आम्ही सर्व जेवणासाठी एकत्र बसलो.

पत्नीने विचारले, तुम्हाला एक विचारू का?

मी म्हणालो, विचार.

ती म्हणाली, चार दिवसांपासून तुमच्यात खूप बदल दिसतो आहे.

मी म्हणालो, तुला काय बदल दिसतो.

ती म्हणाली, तुम्ही सकाळी लवकर उठतात, दाढी करतात, छान कपडे घालतात, सर्वात महत्त्वाचे म्हणजे शेतात लवकर कामाला जातात. तुमचा कामातील उत्साह खूपच वाढला आहे. सुरतला काही चांगली शिकवण मिळाली, की काही जादुटोणा शिकला?

मी हसून म्हणालो, जादुटोणा वगैरे काही नाही. चांगली शिकवणच मिळाली. तिथे असे समजले, की जीवनात पुढे जायचे असेल; तर पहिले स्वतःला बदला व कामात यश मिळत नसेल, तर काम करण्याची पद्धत बदला. म्हणून मी स्वतःला बदलून राहिलो आहे आणि तुम्ही पण तुमच्यामध्ये थोडा बदल करा. अरे हो, तुम्हाला अजून एक गोष्ट सांगायची आहे. नीट सगळ्यांनी ऐका व समजून घ्या, की आपल्याला शेती करायची आहे तर शेतीमध्ये खूप कष्ट करून आपण श्रीमंत नाही होऊ शकत.

भाऊ म्हणाला, मग आपण जीवनात कसे पुढे जाऊ शकतो? कसे श्रीमंत बनू शकतो?

मी म्हणालो, आपण शेतीमध्ये कष्ट करता करता जर आपल्या बुद्धीचा योग्य वापर केला तर नक्कीच खूप छान शेती करून पुढे जाऊ शकतो. तुम्हाला एक उदाहरण देतो.

काम करण्याच्या पद्धतीत योग्य व बौद्धिक बदल केले,
तरच आपले जीवनमान बदलू शकते.

खूप आवडेल. ते मला सुरतला सांगितले की आपल्याकडे नाली खोदण्यासाठी किंवा घराचे बांधकाम करण्यासाठी जे मजूर येतात. ते मजूर आपण जेवढे शेतीमध्ये कष्ट करतो त्याच्यापेक्षा ते जास्त काम करतात. मग ते का श्रीमंत झाले नाहीत? कारण कष्ट करताना जो माणूस आपल्या पावशेर मेंदूचा वापर करेल तोच या जगामध्ये श्रीमंत बनेल. तुम्हाला काही समजले का?

घरातील व्यक्ती म्हटले, हो.

मी म्हटले, मला रात्री किरण सरांचा फोन जर आला तर मला नाशिकला मिटींगला जावे लागेल. तुम्ही सर्व कामे व्यवस्थित चालू द्या. थोड्याच वेळात सरांचा फोन आला.

अरे सुरेश, काय करतोय?

मी म्हटले, नमस्ते सर. शेतात काम करतोय.

तुझ्यासाठी एक चांगली बातमी आहे. छान माहिती देणारा २० वर्षांचा मुलगा आज नाशिकला येणार आहे ज्याने स्वत:त बदल करून श्रीमंत झाला आहे. त्याने काही लोकांना जीवनात पुढे कसे जायचे? हे शिकवले व त्यांना महिन्याला एक लाख रुपये कमवायचे शिकवले. तो २० वर्षांचा मुलगा मी कशा पद्धतीने जीवनात यशस्वी झालो हे सांगणार आहे. तू पण नाशिकला मिटींगला ये.

मी म्हणालो, हो सर, नक्की येतो.

सर म्हटले, ठीक आहे भेटू ८ वाजता.

मी विचार करू लागलो, की एक २० वर्षांचा मुलगा आपल्याला शिकवणार, की श्रीमंत कसे व्हायचे. असे कधी होते का? शाळेत किंवा नातेवाईकांकडूनसुद्धा असे कधी ऐकले नव्हते. माझा इगो (गर्व) जागा झाला. अरे मी २४ वर्षांचा आणि मी ज्या मिटींगला जाणार तो फक्त २० वर्षांचा. तो व्यक्ती असे काय शिकवणार हे बघितलेच पाहिजे आणि मी मिटींगला गेलो. मिटींग ८ वाजता चालू झाली. त्याआधी तेथे हॉलमध्ये खूप गर्दी झाली होती. हॉलमध्ये बसायलासुद्धा जागा नव्हती. तेथे जमलेले सर्वजण खूप खूष व आनंदी दिसत होते. मी सगळ्यात शेवटी उभा होतो. त्या मुलाचे नाव रवी देसाई होते. त्या मुलाला स्टेजवर येण्यासाठी होस्टने आमंत्रित केले. तो स्टेजवर येताच सगळ्यांनी उभे राहून जोरजोरात टाळ्या वाजवून त्याचे स्वागत केले. मी बघतच राहिलो. त्या सेमिनारमध्ये त्यांनी वाचलेल्या एका पुस्तकातील वाक्य आम्हाला सांगितले. ते वाक्य असे- तुम्ही जर गरीब घरामध्ये जन्माला आला असाल, तर तुमची काही चूक नाही पण तुम्ही जर गरीब राहून मरत असाल तर त्यामध्ये १००% चूक तुमचीच असेल.

मी म्हणालो, अरे वा! काय वाक्य आहे. हे वाक्य ज्या माणसाला कायम टोचेल तो कधी गरीब राहणार नाही. ते वाक्य पहिल्यांदा मलाच टोचले पण सांगणार कसे? रवी सरांनी अजून एक वाक्य सांगितले, की आपल्याला जीवनात पुढे जायचे असेल

किंवा श्रीमंत व्हायचे असेल, तर आपली सेना (कामगार) किंवा ग्रुप स्टाफ किंवा आपले साथीदार या सर्वांना पहिल्यांदा मदत करावी लागेल. त्यांना कसे जीवनात पुढे जाता येईल. त्यासाठी त्यांना आपण मदत करावी. तरच आपणसुद्धा जीवनात पुढे जाऊ व श्रीमंत होऊ.

रवीसरांनी एक गोष्ट सांगितली. काही काळापूर्वीची गोष्ट. जी तुम्हा सर्वांना माहीत आहे तरीसुद्धा पुन्हा तुम्हाला सांगणार आहे. कासव व ससा यांच्यामध्ये शर्यत लागली. त्या शर्यतीत ससा जिंकला व कासव हारले. तो काळ १९५० चा असेल. त्या काळानुसार ही गोष्ट बरोबर होती. १९५० ते २००० च्या काळातील या गोष्टीत शर्यत सुरू होते. ससा पळत पळत पुढे जातो, त्याला हिरवागार पाला व गाजर दिसते. मग तो विचार करतो की, छानपैकी हिरवागार पाला व गाजर खाऊ, थोडा आराम करू. कारण कासव खूप हळू चालते. तो येईपर्यंत मी शर्यत जिंकणार. मग ससा आराम करतच झोपी जातो. थोड्याच वेळात कासव तेथे सशाला बघते व कोठेही न थांबता हळूहळू पुढे निघून जाते आणि शर्यत जिंकते. बरोबर अशीच गोष्ट आहे ना? लोक म्हणाले हो, बरोबर.

पण रवीसर म्हणाले, जर आपण सशाच्या मूर्खपणामुळे कासव जिंकत असेल तर त्या जिंकण्याचा काय उपयोग? मी तुम्हाला सांगतो आता २१ व्या शतकातील ससा आणि कासवाची गोष्ट काळानुसार बदलली आहे. ती म्हणजे कासव व ससा असे दोघे मित्र असतात. त्यांच्यात शर्यत लागते. पण शर्यतीचा मार्ग कसा असेल हे कासव ठरवते. कासव जो रस्ता ठरविते, तो रस्ता नदी ओलांडून जायचा असतो. हे सशाला माहीत नसते. मग दोघांची शर्यत सुरू होते. ससा विचार करतो, की आपल्याला आपल्या पूर्वजांप्रमाणे नाही वागायचे. पटकन पुढे जाऊन गाजराचा पाला व गाजर खाऊन आराम नाही करायचा. तर पुढे जाऊन पहिले शर्यत जिंकायची. दोघांची शर्यत चालू झाली. ससा खूप जोरात पळत सुटला. खूप पुढे आला पण बघतो तर काय रस्त्यात खूप मोठी नदी. आता पुढे कसे जायचे? आतासुद्धा कासव छान हुशारीने जिंकणार. मग काही वेळाने कासव आले व हसत हसत पाण्यात उतरले. ससा खूप नाराज झाला. थोडे पुढे पाण्यात कासव गेले व परत मागे आले व म्हणाले, ससाभाऊ या. माझ्या पाठीवर बसा. आपण दोघे नदी ओलांडून पुढे जाऊ. ससा कासवाच्या पाठीवर बसला व दोघांनी नदी पार केली. मग ससा पळत सुटला. शर्यतीच्या खुणेजवळ आला व थांबून राहिला. थोड्या वेळाने कासव आले व म्हणाले, अरे तू लाईन का पार केली नाही. ससा म्हटला आपल्याला आपल्या पूर्वजांसारखे नाही करायचे. आपण दोघेही यशाकडे प्रेमाने व आनंदाने जाऊ. आता आपल्याला सोबत पुढे जायचे आहे. तू व मी आपण एकत्र येऊन पुढे जाऊ व शर्यत जिंकू.

रवीसर म्हणाले, कशी वाटली ही गोष्ट?

साधारणत: १९५० पूर्वी फक्त स्वत:च सशासारखे पुढे जाण्याची वृत्ती लोकांमध्ये होती. परंतु काळानुरूप त्यात बदल होत गेले आणि २००० सालानंतर लोकांना टीमवर्कचे महत्त्व व फायदे पटू लागल्याने कासवासारख्या धिम्या गतीने धावणाऱ्यांनाही सोबत घेऊन काम करू लागले. कारण गती जरी कमी असली तरी दोघांच्या कामाच्या पद्धतीत व गुणांमध्ये फरक असतो. त्यामुळे अधिक दर्जेदार निर्मिती होऊन प्रगती करता येते. यालाच टीमवर्क म्हणतात.

सर्व व्यक्तींनी खूप जोरजोरात टाळ्या तर काहींनी शिट्ट्या वाजविल्या. मला तर खूप आनंद झाला. थोड्याच वेळात सेमिनार संपले. किरणसर, त्यांची पत्नी सीमा मॅडम व आम्ही सर्वजण एकत्र भेटलो. त्यांनी मला विचारले, कसे होते यंग स्पिकर.

मी म्हणालो, खूप छान. त्यांना बघून व ऐकून मला संत ज्ञानेश्वर महाराजांची आठवण झाली. त्यांनी एक खूप छान, वाक्य सांगितले आहे ते मी सांगू का?

किरणसर म्हणाले, अरे नक्कीच सांग ना.

मी म्हटले, ज्ञानेश्वर महाराज म्हणाले होते की, माणसाच्या शरिराला वय असते म्हणून माणसाच्या ज्ञानाला वय नसते. हे ज्ञानेश्वरांचे वाक्य आहे आता ते पुन्हा रवी सरांकडून शिकायला मिळाले.

किरणसर म्हणाले, खूप छान!

मी किरण सरांना विचारले, सर रवी सरांनी सांगितले, की खालच्या व्यक्तींना मोठे करा म्हणजे तुम्ही आपोआप मोठे व्हाल ते काही समजले नाही. ते थोडे समजून सांगा प्लीज.

मग सीमा मॅडम म्हणाल्या, तू शेतात दहा दिवस जर १२ तास काम केले तर १० दिवसांचे किती तास काम झाले.

मी म्हणालो, १२० तास काम झाले.

मॅडम म्हणाल्या, बरोबर. मग तेच काम तू जे १० दिवस केले. ते काम जर १२ तासाच्या आत किंवा १२ तासात एकाच दिवशी पूर्ण करायचे आहे तर किती माणसे तुला कामावर ठेवावी लागतील?

मी थोडा विचार केला, आणि म्हटले, १० माणसे लागतील.

मॅडम म्हणाल्या, बरोबर, मग तू त्या माणसांना काय देऊन त्यांचा वेळ विकत घेतला.

मी म्हटले, पैसा देऊन.

मॅडम म्हणाल्या, बरोबर. मग मला सांग तू त्यांचा वेळ विकत घेतला का त्यांना विकत घेतले?

मी म्हटले, त्यांचा वेळच विकत घेतला.

सीमा मॅडम म्हणाल्या, ते पैसे त्या लोकांनी त्यांच्या कुटुंबासाठी वापरले. त्यांना रोजगार मिळाला व आपले पण काम वेळेत पूर्ण झाले. थोडक्यात Time is Money वेळ हाच पैसा आहे. आपण पैसा देऊन समोरच्या व्यक्तीचा वेळ घेतला. यामध्ये दोघांचा फायदा झाला. समजले का सुरेश तुला?

मी म्हटले, हो मॅडम! समजले.

किरणसर म्हणाले, अरे सुरेश, तुला एक गणित सांगतो. त्याला 'यशाचे गणित'

म्हणतात. मला सांग, आपल्या जगात व भारतामध्ये श्रीमंत लोक कोण आहेत? मी म्हटले, टाटा, बजाज, महेंद्रा, धिरुभाई अंबानी, त्यांची मुले अनिल व मुकेश अंबानी इतक्या व्यक्ती मला माहिती आहेत. मग मला सांग, धिरुभाई अंबानी यांचे पेट्रोलपंप आहेत ते सर्व मिळून अंदाजे किती असतील?

मी म्हटले, तीन हजार पेट्रोल पंप असतील.

ठीक आहे, सर्व पेट्रोल पंपावर अंबानी कामाला जातात का?

मी म्हटले, नाही.

मग मला सांग, हे सर्व श्रीमंत लोक किंवा अंबानी कसे काम करता हे तुला माहीत आहे का?

मी म्हटले, नाही.

मग तुला ते कसे काम करता हे ऐकायला आवडेल का?

मी म्हटले, नक्कीच आवडेल.

ते काय करतात, की सिस्टम (आराखडा) व फॉर्म्युला (एकच टेस्ट; एकसाखी वस्तू) उदाहरण आपण अमुलची जर आईस्क्रीम खाल्ली जानोरीला व तिच आईस्क्रीम खाल्ली मुंबईला. जी मुंबईला आईस्क्रीमची टेस्ट होती तिच टेस्ट जानोरीलापण होती. याला म्हणतात फॉर्म्युला.

ते एक सिस्टम व फॉर्म्युला तयार करतात समोरच्या व्यक्तीला सांगतात, तुमची जागा, तुमचा पैसा तुम्ही लावा आम्ही तुम्हाला आमचे नाव (गुडविल) व आमच्याकडील फॉर्म्युला देतो. त्या बदल्यात जो पण इन्कम होईल त्यातील ९६% तुम्ही ठेवा. कारण तुमची जागा, तुम्हीच काम करता व तुम्हीच पैसा लावला म्हणून ९६% तुम्हाला व उरलेले ४% आम्हाला. आम्ही तुम्हाला आमचे नाव, सिस्टम व फॉर्म्युला दिला म्हणून ४% इन्कम आम्हाला. अशा पद्धतीने व्यवसाय चालतो.

उदाहरणार्थ एक पेट्रोलपंप २४ तास सुरू असतो तर १०० पेट्रोलपंपांचे एका दिवसाचे किती तास काम होईल?

मी म्हटले, २४०० तास रोज. मी थांबून अरे बाप रे! हे काय नवीन आहे.

किरणसर म्हणाले, एक पेट्रोलपंप एक महिन्याला एक लाख रुपये कमवितो तर १०० पेट्रोलपंप एकूण किती रुपये कमवतात.

मी म्हटले, एक कोटी.

मग ४ टक्क्यांनी अंबानीला एका महिन्याचे किती पैसे मिळतील?

मी म्हटले, ४ लाख रुपये.

सर म्हटले, आणि काम करतो कोण?

मी म्हणालो, पेट्रोलपंपाचा जागामालक.

सर म्हटले, एक पेट्रोलपंप महिन्याला किती कमवितो?

मी म्हणालो, एक लाख रुपये महिना.

सर म्हणाले, आणि अंबानी यांनी महिन्याला किती कमविले?

मी म्हटले, ४ लाख रुपये.

सर– मग अंबानी यांना ३००० पेट्रोलपंपांमागे किती रुपये मिळाले.

मी विचार करून म्हणालो, सर १ करोड २० लाख रुपये

सर–ते पण एक महिन्याचे १ करोड २० लाख मिळाले तेव्हा विचार कर १ वर्षाचे किती मिळतील.

मी खूप आश्चर्यचकित झालो.

सर म्हणाले, हे बघ सर्व पेट्रोलपंप हे २४ तास काम करतात. सर्व १०० पेट्रोल पंपांचे काम २४०० तास रोज होते. काम पंपवाले करतात, अनिल अंबानी नाही. तरीसुद्धा ते जास्त पैसे कमवितात. कारण त्यांनी रिलायन्स नाव एक गुडवील तयार करून त्याचे नेटवर्क वाढवून स्मार्ट वर्क केले व पेट्रोल पंपवाले हेसुद्धा आनंदाने तो व्यवसाय करत आहेत. कारण त्यांना व अनिल अंबानी यांना रोज पैसा मिळतो. समज १०० पेट्रोलपंपांमागे १० पेट्रोलपंप बंद झाले, तर अंबानी यांना काही पैशांनी फरक पडेल का?

मी म्हटले, नाही. कारण ९० पेट्रोल पंपावरून पैसा येतच राहतो.

सर म्हटले, अरे वा! तुला आता चांगलेच समजले. म्हणून सुरेश अशा पद्धतीने तू किंवा आपण आपले कामगार किंवा कर्मचारी, व्यवसाय करणारे व शेतीमधील कामगार यांना मदत करून आपण सर्व पुढे जाऊ शकतो.

मी म्हटले, सर मला खूप चांगले शिकायला मिळाले. मी पुढच्या गुरुवारी नक्कीच मिटींगला येईल, धन्यवाद!

किरण सर म्हटले, चला आता घरी जाऊ. वेळपण खूप झाला आहे. पुन्हा भेटूया! मला ह्या वर्षी सुद्धा चांगले यशस्वी होण्याचे शिकायला मिळाले. त्यासाठी आम्ही भगवंताचे व सृष्टीचे खूप आभारी आहोत.

धन्यवाद!

या पूर्ण विषयामधून हा एक संक्षेप किंवा शिकवण

* पहिली शिकवण : आपण जर गरीब घरामध्ये जन्माला आला असाल तर त्यामध्ये आपली काहीच चूक नाही पण जर आपण गरीब राहून मरत असाल तर त्यामध्ये १००% चूक आपली स्वत:चीच असते.

* दुसरी शिकवण : संत ज्ञानेश्वर महाराजांची शिकवण आहे, माणसाच्या शरिराला वय असते परंतु माणसाच्या ज्ञानाला वय नसते (म्हणजे थोडक्यात असे, की आपल्यापेक्षा लहान माणूस किंवा मुलगा आपल्याला चांगले ज्ञान देऊ शकतो.)

* तिसरी शिकवण : दुसऱ्याला जोपर्यंत आपण मदत करीत नाही, तोपर्यंत आपण जीवनामध्ये पुढे जाऊ शकत नाही. (वेळ हाच पैसा आहे) व्यवसायामध्ये आधी खालच्या व्यक्तीला मदत करा, तो पुढे गेला म्हणजेच आपणही पुढे जाऊ.

* चौथी शिकवण : २१ व्या शतकातील ससा व कासवाच्या गोष्टीप्रमाणे आपल्या व्यवसायातील लोकांना किंवा टीमला सोबत घेऊन चला, तरच आपण यशस्वी होऊ.

* पाचवी शिकवण : वेळेचे योग्य पद्धतीने नियोजन करून, ती इतर माणसांच्या मदतीने वाढवून पैसा कमविला जातो. थोडक्यात कामाचे उत्कृष्ट नेटवर्क करून खूप चांगले उत्पन्न कमविता येते आणि आपण यशस्वी होतो.

या सर्व बाबी लक्षात घेऊन आपण स्वत:त बदल केले तर नक्कीच १००% यशाकडे जाऊ शकतो.

धन्यवाद!

४ | जसे पेरले, तसे उगवते

एक दिवस काय झाले; मी जसा मिटींगवरून आलो तसा डोक्यात नुसता नेटवर्कचाच विषय. घरातील व्यक्तींना सारखे नेटवर्कविषयी सांगत असे. पण त्यांना ते काही समजत नव्हते.

आम्ही आमच्या शेतात भाजीपाला, गहू व बाजरी अशी पिके घेत होतो. एक दिवस शांत बसलो व विचार केला, की आपण एक दाणा बाजरी किंवा गहू पेरतो त्याचे हजारो दाणे होतात. त्याला नेटवर्क म्हणतात किंवा माझ्या भाषेत असंख्य उत्पन्न. घरातील व्यक्तींना सोप्या भाषेत समजावले, की आपण १० किलो बाजरी किंवा गहू शेतात पेरले, तर १००० किलो त्याचे उत्पन्न मिळते. तसेच जर आपण २० किलो पेरले तर किती किलो उत्पन्न आपल्याला मिळेल? माझी मंडळी म्हटली २००० किलो. मी म्हटले, बरोबर. याला म्हणतात शेतीच्या बियांचे किंवा दाण्यांचे नेटवर्क. १ बीच्या १० बिया, १० च्या १००, १०० च्या १००० आणि १००० च्या १०,००० असे उत्पन्न वाढत जाते. त्याच पद्धतीने नेटवर्कसुद्धा वाढत जाते, समजले का सर्वांना? घरच्यांना ते समजले आणि पटलेसुद्धा.

एके दिवशी शेतात फेरफटका मारत असताना अचानक एक कल्पना सुचली. आपण जर डाळिंबाची ५०० झाडे लावली आणि सरासरी एका झाडाचे १००० रुपये उत्पन्न मिळाले, तर आपल्याला पाच लाख रुपये मिळतील आणि १००० झाडे लावली, तर आपल्याला १० लाख रुपये मिळतील. ही कल्पना माझ्या कुटुंबीयांना सांगितली आणि ती सगळ्यांना खूप आवडली. मग आम्ही शेतात डाळिंबाची १३०० झाडे लावली. हळूहळू झाडे मोठी होत होती. आम्ही झाडाकडे व्यवस्थितपणे लक्ष देऊन काम करीत होतो. काही दिवसांनी आमच्या घरामध्ये संकटांचे पाहुणे येणार होते हे आम्हाला माहीत नव्हते.

एके दिवशी आमच्या आईला खूप खोकला सुरू होऊन पोटात दुखू लागले. आम्ही गावातील डॉक्टरांकडे तिला घेऊन आलो. त्यांनी आईला तपासून आम्हाला सांगितले, की तिच्या पोटाचा एक्स-रे काढावा लागेल. त्यासाठी तिला नाशिकला घेऊन जा. तशी चिठ्ठी त्यांनी लिहून दिली. दुसऱ्या दिवशी नाशिकला दवाखान्यामध्ये तिचा एक्स-रे काढला व डॉक्टरांनी सांगितले, की आईच्या जठराला गाठी झाल्या

आहेत. तातडीने त्यांचे ऑपरेशन करून गाठी काढाव्या लागतील.

मी मनातल्या मनात म्हणालो, अरे देवा! हे काय संकट पाठविले. थोडा विचार केला कारण निर्णय मलाच घ्यायचा होता. मी लगेच आईला दवाखान्यात भरती करून घरी आलो. संध्याकाळी आईचा जेवणाचा डबा घेऊन आलो. सोबतीला बहिणीला ठेवले, डॉक्टरांना भेटलो. त्यांनी मला सांगितले, की आपण तीन दिवसांनी ऑपरेशन करू व सात दिवसांनी त्यांना घरी पाठवू.

तीन दिवसांनी आईचे ऑपरेशन व्यवस्थित झाले. पुढच्या सात दिवसात आईला बरे वाटू लागले आणि ११ व्या दिवशी आईला घरी आणले. आई घरी आली म्हणून लहान मुलांना व आम्हाला खूप आनंद झाला. आईला भेटण्यासाठी नातेवाईक येऊ लागले. त्यानंतर दोनच दिवसात परत एक संकट पुढे येऊन उभे राहिले. माझा लहान भाऊ गौतमच्या छातीमध्ये सारखा दम भरायचा. त्याला चांगल्या दवाखान्यामध्ये दाखविले. डॉक्टरांनी सांगितले, की तुमच्या बंधूंचा हृदयाचा वॉल्व्ह बदलावा लागेल. कारण आधीचा वॉल्व्ह खराब झाला आहे. आता माझी विचारक्षमता पुरती खुंटली होती. आता कसे करायचे?

मी डॉक्टरांना विचारले, की ऑपरेशन करून वॉल्व्ह बदलल्यानंतर माणूस किती दिवस जगू शकतो? ते म्हणाले, १०० वर्षे जगू शकतो. कारण आत्ताचे वॉल्व्ह हे स्टेनलेस स्टिलचे आहेत. ते चांगले ठेवण्यासाठी आपल्याला फक्त रक्त पातळ करण्याची एक गोळी कायम घ्यावी लागते. त्यावर मी दुसरा प्रश्न विचारला, किती दिवसात ऑपरेशन करावे लागेल? डॉक्टर म्हटले, की १५ दिवसांपर्यंत काही अडचण नाही. त्यावर मी त्यांना म्हणालो, की माझ्या घरातल्यांचा विचार घेतो व तुम्हाला फोन करून आम्ही अ‍ॅडमिट होण्यासाठी येतो. असे बोलून आम्ही घरी निघून आलो.

सकाळी उठल्यावर घरच्यांना सर्व हकिकत सांगितली. घरातील सर्व माणसे घाबरली. मीसुद्धा खूप टेन्शनमध्ये होतो. त्यांना सांगितले, गौतमला अ‍ॅडमिट करण्यासाठी उद्या घेऊन जाणार आहे. कोणाला काही विचारायचे आहे का?

गौतमची पत्नी म्हणाली, की वॉल्व्ह बदलल्यावर माणूस पहिल्यासारखा व्यवस्थित राहतो का? मी म्हटलो, हो. पण त्याला रोज एक रक्त पातळ होण्याची गोळी खावी लागेल. मग माणूस १०० वर्षे व्यवस्थित राहू शकतो. मग गौतमची पत्नी म्हणाली, की मग वॉल्व्ह बदलूनच टाका, करा त्यांना उद्या अ‍ॅडमिट.

डॉक्टरांची अपॉईंटमेंट घेऊन आम्ही सर्वजण हॉस्पिटलला पोहोचलो. डॉक्टरांनी गौतमला अ‍ॅडमिट करून तपासण्या केल्या आणि आम्हाला सांगितले, की उद्या ऑपरेशन करून घेऊ. मी डॉक्टरांशी बोलत असतानाच किरण सरांचा फोन आला. मी फोन उचलला आणि त्यांना सांगितले, की सर मी हॉस्पिटलला आहे तुम्हाला थोड्या वेळाने

फोन करतो. असे म्हणून मी फोन बंद केला.

पुन्हा दुसऱ्या दिवशी किरणसरांचा फोन आला. सर म्हणाले, तुझा काल काही फोन आला नाही म्हणून तुला फोन केला. आता तू कुठे आहेस?

मी म्हटले, हॉस्पिटलला.

ते म्हणाले, अरे काही अडचणीत आहेस का?

मी म्हटले, हो बंधूचे हृदयाचे ऑपरेशन आहे आज.

सर म्हणाले, अरे नेमके काय झाले?

मी म्हटले, त्याच्या हृदयाचा वॉल्व्ह खराब झाला आहे. त्याचे आज ऑपरेशन करणार आहेत.

सर म्हणाले, ठीक आहे. तू काही टेन्शन घेऊ नकोस. सगळे व्यवस्थित होईल. थोडे थांबून सर म्हणाले, कोणत्या हॉस्पिटलला ॲडमिट आहे?

मी म्हटले, अपोलो हॉस्पिटल, नाशिक.

ते म्हणाले, ठीक आहे. तू स्वत:चीपण काळजी घे. असे म्हणून सरांनी फोन बंद केला.

आम्ही सर्वजण ऑपरेशन कधी होईल याची वाट पाहत होतो. तीन तासांनंतर ऑपरेशन यशस्वी झाले आणि गौतमला आयसीयूमध्ये आणले. पाच तासांनी तो शुद्धीवर आला व आमच्याशी थोडं बोलला. घरातील सगळे खूप आनंदी झाले. पण मी थोडा विचारात व टेन्शनमध्ये होतो कारण घरातील मुख्य माणसाला सर्वांची काळजी घ्यावीच लागते.

तिसऱ्या दिवशी डॉक्टर चेकअपला आले. त्यांनी सांगितले, सगळे व्यवस्थित आहे. तुम्ही दहा दिवसांनी पेशंटला घरी नेऊ शकता. थोड्याच वेळात किरणसर आले. त्यांनी गौतमच्या तब्येतीविषयी विचारले. ते गौतमला भेटून बाहेर आले. तेसुद्धा म्हटले, आता गौतमची तब्येत व्यवस्थित आहे. आम्ही थोडे निवांत बाहेर बसलो. किरणसर म्हणाले, तू जास्त काळजी करू नकोस. जर तूच खचून गेला तर कसे होईल. सगळ्या कुटुंबाला बघायला व त्यांची काळजी घ्यायला तूच आहेस आणि तुझीच तब्येत जर खराब झाली, तर कुटुंबाची काळजी कोण घेईल? त्यामुळे तू सगळ्यांची काळजी घे. सोबत स्वत:चीपण. संकट आले, की त्याला आनंदाने तोंड द्यायचे. दु:खी राहून चालणार नाही.

किरणसर म्हटले, की तुला एक गोष्ट सांगतो. एका जंगलामध्ये एक लांडगा व लांडगीन होती. त्यांना पाच पिले होती. लांडगा जंगलामध्ये शिकारीसाठी गेला. त्यावेळी पिलांजवळ त्यांची आई लांडगीन होती. लांडगीनीने चार वाघ त्यांच्या दिशेने येताना पाहिले आणि ती घाबरली. तिला तिचे व पिलांचे रक्षण करायचे होते, तर तिने आपली

लांडगीनीने स्वत:च्या व तिच्या पिलांच्या रक्षणासाठी चार वाघांशी झुंज दिली. तिचा तो संघर्ष बघून ते चारही वाघ पळून गेले आणि लांडगीनीने स्वत:चे व तिच्या पिलांचे प्राण वाचविले. यालाच म्हणतात, 'मुश्किले हमेशा हराती है, मगर संघर्ष करनेवाला हमेशा जितता है।'

पूर्ण ताकद लावून त्या चारही वाघांशी झुंज दिली. काही तास झुंज चालली. लांडगीन काही माघार घेत नाही हे बघून ते चारही वाघ पळून गेले. अशा तऱ्हेने लांडगीनीने स्वत:चे व स्वत:च्या पिलांचे रक्षण केले.

तुला ही गोष्ट मी का सांगितली, त्याचे कारण असे की 'मुश्किले हमेशा हराती है पर संघर्ष करनेवाला हमेशा जितता है।' त्या लांडगीनीने चार वाघांसोबत संघर्ष केला म्हणून ती व तिची पिले जिवंत राहिली. असाच संघर्ष आपण जीवनात करून संकटांवर मात केली पाहिजे. थोड्या वेळाने सर म्हटले, की मी येऊ का? मी म्हटलो, हो या सर.

चौथ्या दिवशी मी शेतात आलो. माझे शेतातील कामे चालू होती. शेतातील कामे आवरून घराकडे आलो. थोडा टेन्शनमध्ये होतो. कारण घरामध्ये एका महिन्यात दोन ऑपरेशन्स झाली होती. पैसे नव्हते, नातेवाईकांकडून आणले व कामे चालू ठेवली. कर्जाचा डोंगर हळूहळू वाढू लागला.

शेतातील कामे आवरून मी घराकडे जेवण करण्यासाठी आलो. पत्नी म्हणाली, हात धुऊन घ्या व जेवण करा. मी जेवायला बसलो, बघतो तर काय ताटामध्ये काळी बाजरीची भाकर. मी थोडा रागावलो, अरे मी एवढे सोन्यासारखे गहू पेरून थकून भागून आलोय. मला भूकही चांगली लागली आहे आणि तू हे काय काळी बाजरीची भाकर वाढलीय.

ती म्हणाली, मागच्या वर्षी काय धान्य पेरले होते?

मी म्हणालो, बाजरी पेरली होती.

मग ती म्हटली, जसे तुम्ही मागच्या वर्षी बाजरी पेरली म्हणून या वर्षी आपण बाजरीच खाऊ. या वर्षी आपण गहू पेरला आहे, तर पुढच्या वर्षी आपण गहूच खाऊ.

जे पेरले तेच उगवेल! बरोबर आहे का नाही?

मी म्हटले, बरोबर आहे. गुपचूप जेवण करायला बसलो. पत्नीचा राग आला होता पण तिने जे सांगितले ते पण बरोबरच होते.

जेवण करून बाहेर शेतात आलो व शांत बसलो. पत्नी जेवताना जे बोलली तो विचार सारखा मनात चालू होता. मागच्या वर्षी जे पेरले; ते या वर्षी खावे लागले. म्हणजे जर मी चांगले विचार या वर्षी करीत असेल, तर पुढच्या वर्षी चांगलेच घडेल. जर मी आता टेन्शनचे व रागाने विचार करत असेल, तर पुढच्या वर्षी राग व वैतागच मिळेल. ही गोष्ट मला चांगलीच समजली. मी लगेच चांगले विचार करायला सुरूवात केली. थोड्याच दिवसांत मी सर्व विचारांमधून बाहेर पडलो आणि मला खूप बरे वाटायला लागले. मी नेहमी आनंदी राहत गेलो.

काही दिवसांनी बंधूला घरी आणले व सर्वकाही ठीक झाले. मी सकारात्मक विचार करायला सुरूवात केली. हळूहळू सगळे चांगले होत गेले. आम्ही डाळिंबाचा बहर घेतला.

त्या वर्षी देवाने संकटे दिली आणि योग्य मार्गपण दाखवला. २०१४ साली आम्हाला १३०० झाडांचे २० लाख रुपये उत्पन्न झाले. आम्ही १३ लाख रुपयांची अपेक्षा ठेवली होती. तेथे देवाच्या कृपेने आम्हाला २० लाखांचे उत्पन्न मिळाले. आम्ही संपूर्ण कर्जाची परतफेड करून कर्जातून सुटका करून घेतली. शिवाय एक छान ९ सीटची स्कॉर्पिओ कारसुद्धा घेतली.

कार घेतल्यानंतर आम्ही सर्व खूप आनंदी होतो. मी विचार करू लागलो, की अशक्य वाटणाऱ्या गोष्टी कशा शक्य झाल्यात. याचा मागोवा घेतला असता मला असे जाणवले, की काही वर्षांपूर्वी माझे विचार खूप सकारात्मक होते. मी हळूहळू स्वत:ला बदलण्याचा प्रयत्न करीत होतो. स्वत:शी, स्वत:च्या कुटुंबाशी आणि कामाशी प्रामाणिक होतो. चांगली स्वप्नं बघत होतो. बघितलेली स्वप्नं पूर्ण करायची होती. देवाने संकटांसोबत त्यांना सामोरे जाण्याची ताकदही दिली आणि त्यामुळे पुढे चांगले यशसुद्धा लाभले. कारण आम्ही आमचे विचार सकारात्मक आणि मन आनंदी ठेवले. त्यामुळेच चांगले घडत गेले. त्यासाठी आम्ही देवाचे व सृष्टीचे आभार मानले.

आम्ही घेतलेली कार अनिलभाऊंकडे पूजेसाठी घेऊन गेलो. कार बघून त्यांना खूप आनंद झाला. तुम्ही सर्वांनी खूप कष्ट व हिंमत ठेवून कमी वेळात कार घेतली. त्यांच्या घरातील स्त्रियांनी कारची पूजा केली.

अनिलभाऊ शेताला पाणी भरत (देत) होते. ते मला म्हणाले, हे जे पाणी पाईपलाईनने चालले आहे, जर या पाईपाला १०० छिद्रे पडली तर पाणी पुढे जाईल का?

मी म्हटले, पाणी पुढे जाणार नाही.

त्यांनी विचारले, का जाणार नाही?

मी म्हटले, की १०० छिद्रांमधूनच पाणी बाहेर पडेल आणि ते पुढे जाणार नाही.

अनिलभाऊ म्हटले, की हे तुला नक्की समजले का?

मी म्हटले, हो नक्की समजले.

मग त्यांनी एक चांगला विचार सांगितला. आपल्याला पैशांचीसुद्धा अशीच पाईपलाईन बनवायची आहे जिच्यातून पैसा कायम पुढे जात राहिला पाहिजे. म्हणजे शिल्लक राहिला पाहिजे. पण जर त्या पैशाच्या पाईपलाईनला १०० छिद्रे पडली, तर पैसे पुढे जाणार नाहीत. त्यासाठी पैशाचा व्यर्थ खर्च टाळला पाहिजे.

मी त्यांना म्हटले, मला किरण सरांकडून व तुमच्याकडून खूप चांगले ज्ञान मिळत असते. अनिलभाऊ म्हटले, कर्म इतके स्वच्छ व निर्मळ करायचे, की फळसुद्धा खूपच सकस व निर्मळ मिळते.

अनिलभाऊ येतो मी. अजून बऱ्याच ठिकाणी गाडी ओवाळायची आहे असे म्हणत

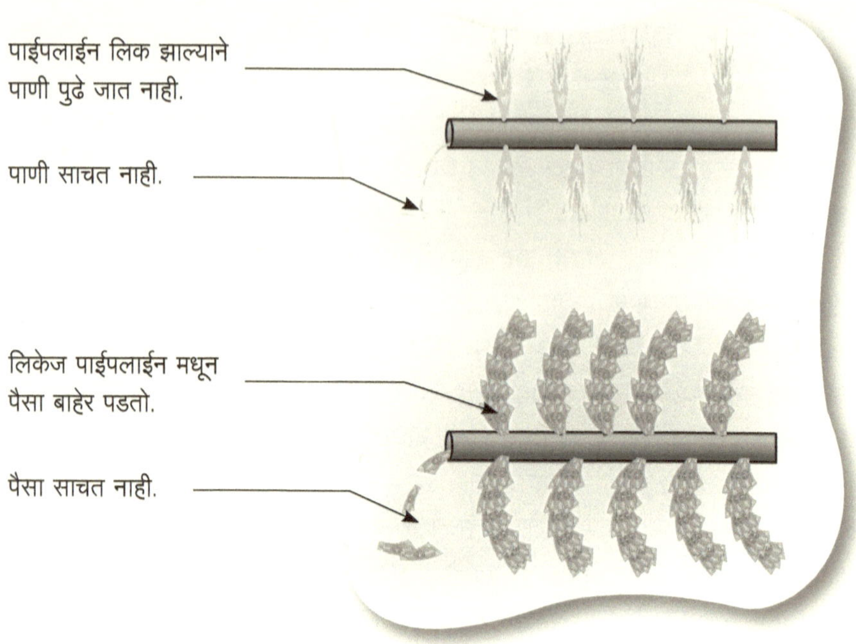

समजा, आपण कमवलेला पैसा म्हणजे पाणी आणि त्याचा योग्य वापर करण्याचे माध्यम म्हणजे पाईप . पैशांची अशी पाईपलाईन बनवा जिच्यातून पैसा कायम पुढे जात राहिला पाहिजे; म्हणजे शिल्लक राहिला पाहिजे. जर त्या पाईपलाईनला छिद्रे पडली, तर पैसे पुढे जाणार नाहीत. त्यासाठी व्यर्थ खर्च टाळले पाहिजे. योग्य वेळी, योग्य ठिकाणी खर्च करा.

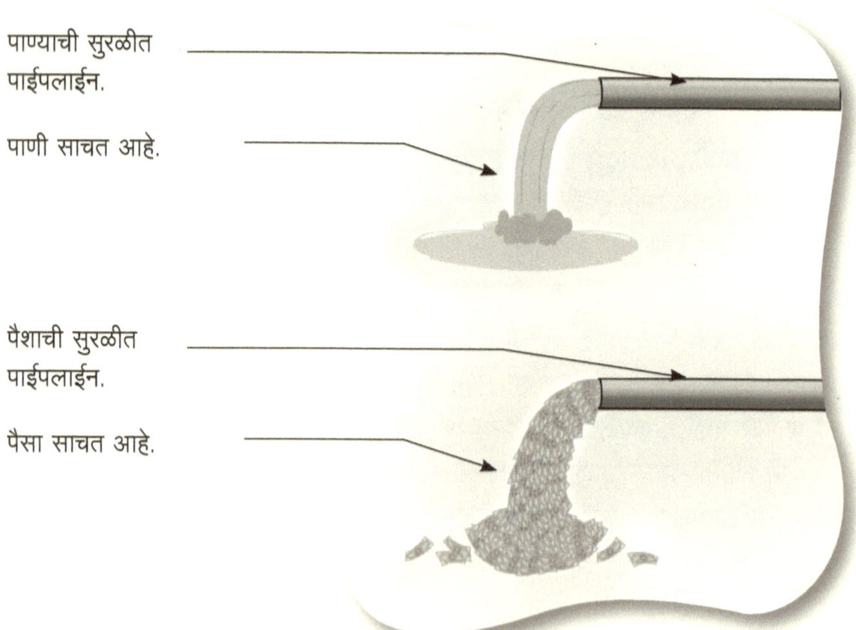

त्यांचे आभार मानून निघालो.

काही दिवसांनी किरणसर व सीमा मॅडम आमच्या घरी गौतमला व आईला भेटायला आले. एवढी मोठी व्यक्ती आमच्या घरी आल्याने आम्हा सर्वांना खूप आनंद झाला. त्यांनी आईला व गौतमला भेटून आमची शेती बघितली. त्यांना आमची शेती खूप आवडली. ते मला म्हणाले, की तुम्ही खूप छान पद्धतीने शेती करतात. मी त्यांना म्हटले, शेती करायची आधीची पद्धत खूप कष्टाची होती, पण मी तुमच्या सोबत राहून Hard Work and Smart Work हे शिकलो. ते टेक्निक वापरून आम्ही आमचे उत्पन्न खूप चांगल्या पद्धतीने वाढविले आणि कर्जमुक्त होऊन छानशी कारही घेतली.

किरणसर म्हणाले, अरे वा, खूप छान! कुठे आहे कार.

मी म्हटले, कार बंधू बाहेर घेऊन गेला आहे. येईलच थोड्या वेळात.

सर म्हणाले, खूप छान काम केले; तू कार घेतली. तुला व तुझ्या कुटुंबासाठी कारची गरज होतीच.

थोड्या वेळाने चहा घेतला व गप्पा मारत बसलो. मी त्यांना असे म्हटले, तुम्हाला भेटलो तेव्हापासून माझी स्वप्नं खूप मोठी होत गेली.

त्यावर ते म्हटले, तू जसे म्हणतो तशी स्वप्नं खूप मोठी आहेत व ती पूर्ण करण्यासाठी मी प्रयत्न करेल व ती पूर्ण होतीलच असा आत्मविश्वासही तुझ्यात आहे. पण जगामध्ये अशा काही व्यक्ती आहेत, ज्यांना हे माहीतच नाही की आपली पण स्वप्नं पूर्ण होऊ शकतात. त्याचे तुला एक उदाहरण देऊ का? मी म्हणालो, हो नक्कीच द्या.

मग ऐक आणि समजून घे. आमच्या शेजारी एक शेतकरी होता. तो कोंबड्या पाळीत असे. एका झाडाखाली एक कोंबडी राहत असे. ती ज्या झाडाखाली राहत होती त्याच झाडावर एक गरुडाची मादी राहत होती. कोंबडीने व गरुडाच्या पत्नीने एकाच दिवशी अंडी दिली. गरुडाचे एक अंडे चुकून कोंबडीच्या घरट्यामध्ये म्हणजे कोंबडीच्या अंड्यांमध्ये पडले. कोंबडीचे सात अंडे व मादी गरुडाचे एक असे आठ अंडे झाले. कोंबडीला असे वाटले, की हे सर्व अंडे तिचेच आहेत. तिने त्यांना ऊब देऊन जन्माला घातले व सारी पिले जन्माला आली. हळूहळू सर्व पिले मोठे होतात. सर्व सोबतच आनंदाने खेळतात, उड्या मारतात, आनंदाने दाणे खातात. असे रोज चालत होते.

एक दिवस कोंबडीच्या पिलांसोबत असणारे गरुडाचे पिल्लू सारखे आकाशाकडे बघत होते. त्याला कबुतर, चिमणी, कावळा हे पक्षी हवेत उडताना दिसले. ते बघून गरुडाच्या पिलाला खूप आनंद झाला. त्या आनंदात त्याने आकाशाकडे उंच बघितले. पाहतो तर काय एक सुंदर पक्षी आकाशात उंच भरारी घेत होता. त्या गरुडाच्या पिलाला सारखे वाटत असे, की आपणही तसे उडावे. तो त्याच्यासोबत असणाऱ्या कोंबडीच्या पिलांना म्हणू लागला, चला आपणसुद्धा त्या उंच उडणाऱ्या पक्षाप्रमाणे आकाशात

सोबत गुण, संगत गुण : गरुडाचे पिल्लू कोंबडी व तिच्या पिलांसोबत राहत असल्याने ते स्वत:चे गुणवैशिष्ट्य हरवून बसते. ते कोंबडीला आई, तर तिच्या पिलांना आपली भावंडे समजू लागते.

गरुडाचे पिल्लू आपल्या आईला म्हणजे कोंबडीला आकाशात उडणाऱ्या पक्षाप्रमाणे उडण्याची इच्छा व्यक्त करते. परंतु कोंबडी त्याला सांगते, ''बाळा आपला जन्म आकाशात उंच उडण्यासाठी नाही, तर जमिनीवरच टुणूक टुणूक उड्या मारून जगण्यासाठी झाला आहे.

५

धन्यवाद बोलून स्वतःमध्ये कसा बदल घडतो

आपण हे पुस्तक वाचत आहात त्याबद्दल मी आपले खूप-खूप आभार मानतो. पुस्तक आपण स्वतःसाठी व आपल्या कुटुंबीयांसाठी वाचत आहात म्हणून आपले ाभार!

मी जेव्हा एखादे पुस्तक वाचायचो तेव्हा लेखकाचे काय म्हणणे आहे; ते कळतच व्हते. कारण ते पुस्तक आम्ही मनापासून वाचत नव्हतो. काही गमतीशीर गोष्ट ांगतो. ज्यामुळे तुमच्या आयुष्यात सकारात्मक बदल घडतील.

रविवारचा दिवस होता. सकाळी लवकर उठून शेतातील कामे आवरून गावात ो. सुट्टीचा दिवस असल्याने बरेचसे मित्र भेटले. छान गप्पा चालू होत्या. त्यावेळी ीरामने भारतकडून घेतलेले १०० रुपये त्याला अत्यंत आदरभावाने, त्याचे आभार ानत परत केलेत. त्याचे बोलणे ऐकून आम्हाला असे वाटले, की याला एक तर वेड ाले, नाही तर आमच्या बघण्यामध्ये व ऐकण्यामध्ये काहीतरी चुकून राहिले. मग म्ही त्याला विचारले; अरे गजीराम तू खूप खूश दिसतोय. चल मग आम्हाला चहा . गजीराम हसत हसत आमच्यापाशी येऊन बसला.

मग मी त्याला म्हटले, काय रे गजीराम; काय काम करतो?

गजीराम म्हटला, मी पेट्रोल पंपावर कामाला आहे.

मी म्हटले, अरे वा! छान आहे. मग शेती कोण बघतो?

तो म्हणाला, माझा छोटा भाऊ शेतीची कामे बघून घेतो.

मी त्याला म्हणालो, अरे तू भारतचे १०० रुपये खूप आदराने त्याला परत दिले. ा खूप आवडले.

मग तो म्हटला, अरे ती एक सवय झाली. त्याची पण एक गंमत आहे. मी करतो तेथे एक ४० वर्षांची महिला पेट्रोल भरण्यासाठी येत असते. त्यांनी पयाचे पेट्रोल टाकले किंवा ५०० रुपयांचे. तरी त्या बाई पैसे देताना खूप ने धन्यवाद मानतात. आम्हाला त्यांचे ते वाक्य खूप आवडते. बरेच ग्राहक पेट्रोल ाठी येतात, पण कोणीही आम्हाला एवढे प्रेमाने धन्यवाद म्हणत नाही. फक्त बाई आम्हाला धन्यवाद म्हणत असतात आणि नेहमी प्रसन्न दिसतात.

आमचा चहापाणी झाला, चहाचे पैसे देताना मीसुद्धा त्या चहावाल्याला आनंदाने

काही दिवसांनी गरुडाचे पिल्लू आपली आकाशात उडण्याची इच्छा पूर्ण न होताच मरून जाते. थोडक्यात ज्या वातारणात, संगतीत तुम्ही राहतात त्याचा प्रभाव आपल्या विचारसरणीवर होतो. आपल्यातील गुणवैशिष्ट्ये आपण ओळखू शकत नाही.

उडूया. बाकीची पिले हसत म्हटली, अरे वेडा झाला आहे का? ते गरुडपक्षी आहेत. ते खूप उंच भरारी घेतात. त्यांचा जन्म उंच उडण्यासाठीच झाला आहे. आपला जन्म फक्त टुणूक टुणूक उड्या मारून जमिनीवरचे अन्न खाण्यासाठी झाला आहे. आपण गरुडासारखे नाही उडू शकत असे म्हणत पुन्हा ते सर्व खेळू लागले.

एक दिवस काय झाले. कोंबडी पिलांसोबत दाणे खात होती. काही पिले खेळत होती. गरुडाचे पिल्लू शांत बसून आकाशाकडे बघत होते. आई त्याच्याजवळ आली व म्हटली, काय रे बाळा, काय बघतोस? बाकीच्या पिलांसोबत खेळ जा. गरुडाचे पिल्लू कोंबडीला म्हटले, आई हे बघ. आकाशामध्ये तो पक्षी किती उंच उडतो आहे. आई आकाशाकडे बघत म्हटली, अरे हो! तो तर गरुडपक्षी आहे. ते पिल्लू म्हणाले, आई मला पण असे आकाशामध्ये उंच-उंच उडायचे आहे. आई गरुडाच्या पिलाला म्हणाली, बाळ आपला जन्म फक्त टुणूक टुणूक उड्या मारून, चालत जाऊन अन्न खाण्यासाठी झाला आहे. बाळा आपण इतके उंच कधीच उडू शकत नाही.

हळूहळू गरुडाचे पिल्लू त्या पिलांसोबत मोठे झाले व काही दिवसांनी ते मरण पावले. गरुडाच्या पिलाला हे माहीतच नव्हते, की मी पण एक गरुडच आहे व मी खूप उंच भरारी घेऊ शकतो. पण त्याने कधीच तसा प्रयत्न केला नाही. कारण तो ज्या वातावरणामध्ये वाढला त्याने त्याचा माईंड सेट झाला होता. त्याने त्याच्या मनावर

बिंबवले होते, की मी उंच आकाशामध्ये कधीच उडू शकत नाही.

सर मला म्हणाले, कशी वाटली तुला गोष्ट?

मी म्हटले, खूपच छान. खूप काही शिकण्यासारखे आहे.

सर म्हटले, जगात असे खूप लोक मला दिसतात, त्यांनी जर ठरवले किंवा कोणतेही कार्य केले तर ते जीवनामध्ये यशस्वी होऊ शकतात. ते फक्त म्हणत असतात – मी हे करेल, ते करेल पण प्रत्यक्षात काहीच करत नाही. जर त्यांनी काही चांगले कर्म केले, तर ते पण यशस्वी होऊ शकतात.

किरणसर हसत हसत म्हटले, चल खूप गप्पा झाल्या. हा दिवस कसा पुढे सरकला कळलेसुद्धा नाही. मी म्हटले, सर मला वाटतं, तुम्ही असंच बोलत राहावं आणि मी शिकत राहावं.

सर म्हटले, चल येतो आम्ही. आपण परत नक्की भेटू. तुला आजचा दिवस शुभ जावो.

मी म्हणालो, सर आपल्यामुळे मला चांगले शिकायला मिळाले त्याबद्दल आपले खूप आभारी आहोत. त्यांचा निरोप घेऊन मी भगवंताचे व सृष्टीचे मनस्वी आभार मानले.

धन्यवाद!

या पूर्ण विषयामधून हे संक्षेप किंवा शिकवण

* पहिली शिकवण : 'मुश्किले हमेशा हराती है पर संघर्ष करनेवाला हमेश है।' न घाबरता आपले कर्म करीत राहणे, अडच राहतील त्यावर मात करीत राहणे.

* दुसरी शिकवण : आपण जीवनामध्ये जे बघतो, जे ऐकतो, जे बो आपल्या जीवनामध्ये घडत असते. मग आपण किंवा वाईट. चांगले ऐका किंवा वाईट. चांगले वाईट. तसेच आपल्या जीवनात घडणार. त्याल जे पेराल, तेच उगवेल.

* तिसरी शिकवण : आपण जीवनामध्ये जो पैसा कमवितो तो वि करू नका. आपल्या पैशाची पाईपलाईन द्या. विनाकारण पैसे खर्च करण्याची छिद्रे आपल्याकडे पैसा शिल्लक राहणार नाही. ग नक्कीच खर्च करा, गरज नसेल तर खर्च कर

* चौथी शिकवण : प्रत्येक जण जे ठरवले ते मिळवू शकतो. व्यक्तीला हे माहीत असले पाहिजे की ते शकतो. त्यासाठी त्याने १००% प्रयत्न के प्रयत्न करणाऱ्या व्यक्तीला देवसुद्धा साथ

* पाचवी शिकवण : आपण ज्या वातावरणात राहतो किंवा ज्य तसेच आपण वागत असतो म्हणून आप राहिले पाहिजे, सकारात्मक विचार केला पुस्तकांचे वाचन, व्हिडिओ बघितले पा पाहिजे तरच आपण यशस्वी होऊ.

धन्यवाद!

धन्यवाद म्हटले,.

तो चहावाला मला म्हटला, त्यात कसले धन्यवाद. हे तर आमचे रोजचेच काम आहे. आमचे काम आम्ही प्रामाणिकपणे करतच राहणार. बरं मालक चहा कसा होता?

चहा तर खास नव्हता तरीसुद्धा मी त्याला म्हटले, अरे चहा तर खूप छान होता. तुझ्याकडे चहा घेण्यास पुन्हा नक्की येईल. गजीरामला म्हटले, चल येतो. आपण परत भेटू. गूड डे! असे म्हणून मी घरी आलो.

दोन दिवसानंतर मी परत त्या चहावाल्याच्या दुकानासमोर उभा होतो. त्या चहावाल्याने मला हाक मारली, या मालक!

मी म्हणालो हो-हो, येतो-येतो! मी गेल्या गेल्या त्याने लगेच टेबल साफ केला. मला बसवून छान चहाचा ग्लास भरून दिला. मी चहा पित असताना विचार करू लागलो की या चहावाल्याला असे काय झाले? हा माझी एवढी सेवा करतो आहे. मग थोड्यावेळाने माझ्याच लक्षात आले, की अरे आपण या चहावाल्याची स्तुती केली होती व धन्यवाद म्हटले, होते. मी विचार केला. याला दोन शब्द धन्यवाद बोललो. तर हा एवढा खूश झाला. जर आपण नित्याने धन्यवाद म्हटले, तर लोकांना किती चांगले वाटेल.

थोड्याच वेळात गजीराम गावात दिसला, त्याला हाक मारून बोलविले. मी त्याला म्हणालो, की मला तुझी मदत हवी आहे.

तो म्हटला, काय मदत पाहिजे?

मी म्हणालो, तुला ज्या मॅडम धन्यवाद म्हणतात. त्यांना मला एक तास भेटायचे आहे.

तो म्हटला काय काम आहे?

मी म्हणालो, अरे गजीराम तू भारतला जसा धन्यवाद म्हणाला. तसंच मी त्या चहावाल्याला म्हणालो तर त्याने माझे आदरातिथ्य केले. तू काही पण कर आणि एक तास मॅडमची वेळ घे. ही तुला विनंती आहे.

गजीराम म्हटला, ठीक आहे. मी उद्या त्यांना विचारून तुला सांगतो.

मी म्हणालो, ठीक आहे. आपण परत भेटू, धन्यवाद!

मी घरी आलो, थोडा वेळ शांत विचार करीत बसलो.

पत्नीने मला विचारले, अहो, जेवण करता का? मी 'हो' म्हणालो. मग पत्नीने जेवण आणून दिले. तिलासुद्धा धन्यवाद म्हणालो. ती माझ्याकडे बघत बघत पुढे गेली. त्यावेळी ती विचार करीत असेल, आता हे काय नवीन खूळ यांच्या डोक्यात घुसले. जेवण झाल्यावर मी शेतात आलो. शेतातील पिके चांगली वाढलेली होती. मी कायम आनंदी राहत असल्यामुळेच की काय सर्व गोष्टी चांगल्या घडत होत्या, असे मला वाटत

होते.

दोन दिवसांनी गजीरामचा फोन आला, अरे त्या मॅडमने आपल्याला संध्याकाळी घरी बोलवले आहे. त्या सरकारी नोकरी असल्याने त्यांना दिवसा वेळ नसतो.

मी म्हटले, ठीक आहे. आपण जाऊ संध्याकाळी. चल फोन बंद करतोय, धन्यवाद!

मी गावात आलो, गजीरामची वाट पाहत होतो. थोड्याच वेळात गजीरामपण आला. आम्ही दोघे त्याच्या मोटारसायकलवर पिंपळगावला गेलो. मॅडमच्या घराची वाट ही किरण सरांच्या घराकडेच जात होती, नव्हे तर किरण सरांच्याच घरी गजीराम मला घेऊन आला होता. दरवाजाची बेल वाजवली व मॅडमने दरवाजा उघडला, त्यांना मला बघून मला खूप आनंद झाला.

मॅडम म्हणाल्या, या!

चहा घेणार, की जेवण करणार!!

आम्ही म्हटले, चहाच घेऊ मॅडम.

चहा घेत आम्ही गप्पा मारीत बसलो.

मॅडम म्हणाल्या, बोल गजीराम काय काम होते?

गजीराम म्हटला, मॅडम हा माझा मित्र सुरेश. त्याला तुम्हाला भेटायचे होते.

मॅडम हसल्या व म्हणाल्या, मी सुरेशला खूप दिवसांपासून ओळखते.

गजीराम म्हटला, काय रे सुरेश बरोबर आहे का?

मी म्हटले, हो बरोबर आहे.

मग तरीपण मला तू मला मॅडमला भेटायचा आग्रह का धरला?

मी म्हटले, अरे मला असे वाटले, की तुला धन्यवाद म्हणतात त्या मॅडमला एकदा भेटून विचारावे की, धन्यवाद म्हणाल्या,वर समोरच्या व्यक्तीला एवढा आनंद का होतो? धन्यवाद बोलणाऱ्या व्यक्तीला भेटावे म्हणून तुला मी बोलला होतो, की ज्या मॅडम धन्यवाद बोलतात त्यांची भेट घालून दे. पण मला काय माहीत, की त्या सीमा मॅडमच असतील. इथे माझी फसगत झाली.

मी मॅडमला विचारले, की धन्यवाद म्हणाल्या,ने समोरच्या व्यक्तीमध्ये असे काय बदल होतात ज्यामुळे तो माणूस आपली अधिक काळजी घ्यायला किंवा आपल्याला मदत करायला नेहमीच तत्पर राहतो.

मॅडम म्हटल्या, तुम्ही म्हणता ते बरोबर आहे. त्यात सकारात्मक विचार आहेत. ते नीट समजून घ्या.

मी म्हटले, सांगा मॅडम. आम्ही त्यासाठीच तुमच्याकडे आलोय.

बघ सुरेश, जगामध्ये दोन प्रकारची माणसे असतात. एक श्रीमंत व दुसरा गरीब.

श्रीमंत व्यक्ती व्यवहार करताना अतिशय आनंदी व प्रसन्न असतात. त्यामुळे हे जग चालविणारी सृष्टी, ज्याला आपण देव किंवा ब्रह्मांड म्हणतो ते कित्येक पटीने अधिकच देत असते. मग तो पैसा, प्रेम किंवा आनंद असेल. जे तुम्ही इतरांना द्याल तेच तुम्हाला मिळेल. म्हणून तुम्ही कोणाला काही देताना व घेताना आनंदाने व प्रेमाने धन्यवाद म्हणायला विसरू नका. त्याने तुम्हाला चांगले तेच मिळेल. कळाले का तुम्हाला?

हो मॅडम, कळाले आम्हाला.

मी म्हटलो, मॅडम एक विचारू का?

मॅडम म्हणाल्या, हा बोल सुरेश.

मॅडम, जर धन्यवाद या एका शब्दामध्ये जर एवढी ताकद आहे तर असे अजून कुठले शब्द आहेत; ज्यांचा आपण व्यवहारात चांगला उपयोग करू शकतो?

सीमा मॅडम म्हणाल्या, हो असे खूप शब्द आहेत. शब्द तेच, वाक्यही तेच आणि त्यांचा अर्थसुद्धा.... फक्त त्यांचा शब्दप्रयोग थोडा वेगळा केला, की आपले काम खूप चांगल्या पद्धतीने होते. उदाहरण देते,

* अडचण – समस्या
* संकट – आव्हान
* काम – मदत
* कर्ज – लोन
* Thank you - मी आपला आभारा आहे, धन्यवाद!

एखाद्या व्यक्तीची चूक जर दाखवायची असेल, तर त्याची आधी स्तुती करणे मग त्याला त्याने केलेली चूक सांगणे किंवा निदर्शनास आणून देणे. अशी खूप उदाहरणे आहेत. त्यांपैकी काही तुम्हांला सांगितले तर तुम्हांला आवडेल का?

आम्ही 'होकारार्थी' मान डोलवत 'हो' म्हटलो!

समजा आपण आपल्या घरात किंवा कामात असताना काही अडचणी, संकटे आल्यावर चिंताग्रस्त असतो आणि आपल्याला कोणी विचारले, काय रे तू खूप टेन्शनमध्ये दिसतोस. मग आपण त्याला बोलतो, की अरे मी थोडा अडचणीमध्ये आहे किंवा खूप मोठ्या संकटात आहे. बरोबर आहे का?

आम्ही म्हटले, हो मॅडम बरोबर!

मग मॅडम म्हणाल्या, त्या समोरच्या माणसाने असे विचारल्यावर आपण त्याला असे सांगायला पाहिजे, की माझ्यासमोर काही चॅलेंज (आव्हाने) आहेत. म्हणजे हे वाक्य थोडे सकारात्मक क्रिया करते. कळाले?

आम्ही, हो मॅडम, कळाले.

सीमा मॅडम म्हणाल्या, आता तिसरा शब्द. आपल्याला जर कोणाकडून आपले

लोक 'काम' करायला तयार नसतात

मात्र ते 'मदत' करायला तयार होतात. जरी त्यांना मदत करता आली नाही तरी कोण मदत करू शकेल हे सांगतात.

काम करून घ्यावयाचे असेल तर ते मदत हा शब्द वापरून खूप चांगल्या प्रकारे करून घेता येते. ते कसे ते आपण बघू.

आपण एखाद्या व्यक्तीला बोलतो, की अरे माझे तुझ्याकडे एक काम होते. तेव्हा त्या माणसाचे मन (माईंड) बोलते, की या माणसाचे काय काम असेल? मी काय याचा नोकर आहे? मला काम सांगून राहिला आहे. त्या माणसाचे मन 'काम' हा शब्द ऐकायला तयार नसते. त्यामुळे तुम्ही कितीही गोड बोलले तरी तो तुमच्याकडे लक्ष देणे टाळतो. त्याऐवजी तुम्ही जर असे म्हटले, की

सर नमस्कार! मला तुमची मदत हवी होती.

तर समोरच्या व्यक्तीचे मन मदत करायला तयार होते, पण काम करायला तयार नसते. समजा त्या व्यक्तीला शक्य नसेल, तर तो दुसऱ्या कुणाशी तरी संपर्क साधून देतो. अशाप्रकारे एका शब्दामुळे फरक पडतो.

चौथा शब्द – कर्ज. आपण जेव्हा बँकेकडून कर्ज घेतो. त्याला कर्ज म्हणू नये, त्याऐवजी लोन असे म्हणावे. आपण नेहमी म्हणतो, की आम्हाला कर्ज फेडायचे आहे. त्याऐवजी आम्हाला लोन फेडायचे आहे असे म्हणावे.

पाचवा शब्द – आपण शक्यतो लोकांना थँक्यू (Thank you) म्हणण्या पेक्षा सर, मी आपला खूप आभारी आहे, धन्यवाद! असे म्हणावे.

सुरेश, गजीराम काही समजले का?

आम्ही म्हणालो, हो मॅडम समजले. पण हे आम्हाला शाळेत का नाही शिकविले? असे वाटते हे व्यवहारातच का शिकायला मिळते?

बरं मॅडम येतो आम्ही आता. अंधार पडत आलाय, घरचे वाट बघत असतील. धन्यवाद! आम्ही आपले आभारी आहोत, धन्यवाद!

रात्री ८ वाजता घरी पोहचलो, थोडावेळ टी.व्ही. बघितला. जेवण करून फिरायला बाहेर गेलो. फिरत असताना सहज मनात आले, सीमा मॅडमने सांगितलेल्या शब्दांचा आपणही व्यवहारात वापर करून बघू म्हणून मी मित्राला फोन केला.

अरे भारत नमस्कार, काय चालले?

भारत म्हटला, काही नाही, टी. व्ही. बघत बसलोय.

मी म्हटले, अरे भारत मला तुझी मदत हवी होती.

तो उत्तरला, अरे बोल ना! काय मदत करू तुला?

मी म्हणालो, अरे शेताच्या कामासाठी मजुरांची गरज होती.

तो म्हटला; अरे नाशिकला जा, तेथे कामाच्या शोधार्थ खूप मजूर आले आहेत.

मी मनात म्हटलं, अरे खरंच, शब्दांमध्ये खूप ताकद आहे. ते खूपच चांगले काम करतात.

मी भारतचे आभार मानत, धन्यवाद म्हणत फोन बंद केला. घरी आलो व शांत झोपी गेलो. केव्हा सकाळ झाली ते कळालेच नाही. सकाळी उठून देवाचे नामस्मरण केले व आपल्या कामाला लागलो.

दुसऱ्या दिवशी मी नाशिकला मजूर घेण्यासाठी गेलो आणि एक, दोन नाही तर चांगले दहा मजूर घेऊन आलो. त्यांना शेतातील काय काय कामे करायची ते समजावून सांगितले आणि ते कामाला लागले. पण काही तासानंतर त्यांना सांगितल्याप्रमाणे ते काम करत नव्हते. त्यांना खूप वेळा समजावून सांगितले, अहो हे काम असे करा - ते काम तसे करा! गोड बोलून सांगितले, तरी ते व्यवस्थित काम करत नव्हते.

या माणसांकडून आपले काम व्यवस्थित करून, उत्पन्नात चांगली वाढ करण्यासाठी काय करावे लागेल याचा मी खूप विचार करू लागलो. थोड्या वेळाने मी वाचलेल्या एका पुस्तकातील वाक्य मला आठवले ते असे - प्रत्येक माणसाला किंवा व्यक्तीला त्याच्या पहिल्या नावामध्ये खूप रस असतो. त्या व्यक्तीला त्याच्या नावाचा खूप अभिमान असतो. त्या व्यक्तीला जर त्याच्या नावाने हाक मारली, तर तो आदराने बोलतो व काम ऐकतो किंवा काम करतो.

मी दुसऱ्या दिवशी प्रत्येकाला त्यांची नावे विचारायला सुरूवात केली आणि त्यांना काम सांगताना त्या-त्या व्यक्तीच्या नावाने बोलावून कामे सांगू लागलो. काही वेळातच त्यांच्या कामात थोडा फरक पडला. सहज विचार करत असताना, मला सीमा मॅडमच्या वाक्याची आठवण झाली. एखादी व्यक्ती जर चुकीचे काम करीत असेल किंवा काम चांगले करीत नसेल, तर त्याची आधी स्तुती करावी मग त्याने केलेली चूक निदर्शनास आणून द्यावी. मग तो व्यक्ती व्यवस्थित समजून घेऊन ते काम करतो.

ती युक्ती मी त्या माणसांवर वापरली. त्यांची व त्यांच्या कामाची स्तुती केली व ते खूप छान काम करायला लागले. ते शेतात काम व्यवस्थित करू लागले आणि मला एक म्हण आठवली, की 'जेथे गुळाने काम होते, तेथे तलवार कशाला काढायची?'

शेतातील सर्व कामे व्यवस्थित झाली. आनंदाने त्यांचा पगार दिला. त्यांनाही खूप आनंद झाला. परत जाताना ते मजूर म्हटले, भाऊ तुझ्या शेतात काहीही काम असो, आम्हाला फोन कर, आम्ही येऊ! असे म्हणून ते निघून गेले. शेतातील कामे व्यवस्थित पार पडल्याने मीसुद्धा आनंदाने घराकडे परतलो. जीवनामध्ये पुन्हा एकदा चांगले शिकायला मिळाले. त्यासाठी देवाचा व सृष्टीचा मनस्वी आभारी आहे.

धन्यवाद!

या पूर्ण विषयामधून हे संक्षेप किंवा शिकवण

* पहिली शिकवण : जीवनामध्ये व्यवहार करताना लोकांशी प्रेमाने बोलावे त्यांचे आभार मानावे. काम झाल्यावर आवर्जून धन्यवाद बोलावे.
* दुसरी शिकवण : संकटांना आव्हान समजून सामोरे जावे.
* तिसरी शिकवण : इतरांकडून काम करून घेत असताना कामाऐवजी मदत शब्दप्रयोग करावा. प्रत्येक व्यक्ती तुम्हास मदत करण्यासाठी तयार होईल, पण काम करण्यासाठी कोणी तयार होणार नाही. कारण समोरील माणूस आपला नोकर नाही. त्या माणसाला (आत्म्याला) मानसन्मान दिला पाहिजे. कारण त्या व्यक्तीच्या शरीरामध्ये जो आत्मा आहे तोच परमात्मा (भगवंत) आहे.

  जर त्या व्यक्तीला मदत करणे शक्य नसेल, तर तो दुसऱ्या कुणाशी संपर्क करून देतो आणि आपले काम व्यवस्थित मार्गी लागते.
* चौथी शिकवण : एखाद्या व्यक्तीची चूक दाखविण्याअगोदर त्याची प्रेमाने स्तुती करा. मग त्याने केलेली चूक सांगा किंवा दाखवून द्या. म्हणजे तो ते काम चांगल्या प्रकारे करतो व तुमचा व्यवस्थित फायदा होतो.
* पाचवी शिकवण : प्रत्येक माणसाला त्याच्या पहिल्या नावामध्ये खूप रस असतो. त्यामुळे प्रत्येक व्यक्तीला त्याच्या पहिल्या नावाने जर हाक मारली तर तो तुमचे सर्व काम व्यवस्थित करतो.

६ स्वतःत बदल केल्याने यशाचा मार्ग गवसतो

जीवनात सर्वांना यशस्वी व्हायचे आहे असे मलाही वाटत होते. परंतु मला जीवनात कुठे जायचे आहे हेच माहीत नव्हते. फक्त मी असा विचार करायचो की, मला यशस्वी व्हायचे आहे. मी जगाला बदलायला बघायचो पण स्वत:मध्ये बदल करीत नव्हतो. एके दिवशी दिवसभरातील कामे आटोपून अतिशय प्रसन्नतेने मी घरी आलो. जेवण करून झोपलो, ती रात्र खूपच सुंदर होती. पहाटे ५ वाजेचा अलार्म वाजताच मी पटकन उठलो. व्यायाम केला, आंघोळ करून चहा घेतला.

चहा घेत असताना पत्नीने मला विचारले, अहो मला तुमच्याशी काही बोलायचे आहे.

मी म्हटले, बोल.

ती म्हटली, की मुलांना नाताळच्या दहा दिवस सुट्या आहेत, तर आपण कुठेतरी देवदर्शनाला जायचे का?

मी म्हटलो, जाऊ. पण कुठे जायचे?

पत्नी व भाऊ बोलले, की आपण सिद्धटेकच्या गणपतीला जाऊया.

मी म्हटलो, चला जाऊ.

३० व ३१ डिसेंबर, २०१८ ला दोन दिवस जायचे आम्ही ठरवले आणि भाच्याला फोन करून विचारले, की आम्हाला सिद्धटेकच्या गणपतीला जायचे आहे तर कुठल्या मार्गाने जावे लागेल.

तो म्हणाला, सिन्नरहून दौंडमार्गे तुम्ही सिद्धटेकला जाऊ शकतात.

मी म्हटले, अरे जाताना अजून काही देवस्थानांचे दर्शन घेता येईल का?

तो म्हटला, हो करता येईल. जाताना तुम्हाला शनिशिंगणापूरचेसुद्धा दर्शन घेता येईल.

ठीक आहे, मी घरच्यांचा विचार घेतो, शुभ दिवस! असे बोलून फोन बंद केला.

घरातील व्यक्तींना सांगितले, की शनिशिंगणापूरचे दर्शन घेऊन आपण पुढे सिद्धटेकच्या गणपतीला जाऊ. घरच्यांचाही होकार मिळाला.

थोड्याच वेळात भाच्याचा फोन आला. तो मला म्हटला, मामा आम्हीपण तुमच्या सोबत येतो. त्याला होकार देत आपण ३० डिसेंबर २०१८ ला निघू, असे सांगितले.

त्यावर तो म्हणाला, आपण १ जानेवारीला निघू कारण वर्षाअखेरीस ३१ डिसेंबरला लोक ड्रिंक घेऊन गाड्या चालवितात. त्याचे म्हणणे मला पटले व आम्ही १ व २ जानेवारी या दोन दिवसाच्या प्रवासाचे नियोजन केले.

लहान-मोठी अशी आम्ही सर्व तेरा माणसे १ जानेवारी, २०१९ ला सिद्धटेकला दर्शनासाठी निघणार होतो. घरातील मंडळी प्रवासासाठी लागणाऱ्या आपापल्या वस्तू आठवणीने बॅगेत ठेवत होते. सर्व कुटुंब अतिशय आनंदात होते.

सगळ्यांची तयारी झाली होती. मी आमची स्कॉर्पिओ कार धुऊन चकाचक केली. अगोदरच्या दिवशी सगळे जण लवकर झोपले. कारण सगळ्यांना पहाटे ४ वाजता उठायचे होते. पहाटे चार वाजता एक-एक जण उठू लागले. कोणी आंघोळ करतंय, तर कोणी स्वयंपाक. सर्वजण ७.३० वाजेपर्यंत तयार झाले. सव बॅगा गाडीला व्यवस्थित बांधल्या आणि भाच्याला फोन करून त्यांना घ्यायला, नाशिकला निघालो आहे. तुम्ही तयार राहण्यास सांगितले. ८.३० वाजता त्यांच्याकडे पोहोचलो. त्यांच्या बॅगा गाडीत ठेवल्या आणि आम्ही सर्व १३ जण देवदर्शनाला निघालो.

सर्वच जण खूप आनंदात होते. साधारणत: ३०० किलोमीटर गेल्यानंतर रस्त्यात चहा पिण्यासाठी थांबलो. काहींनी चहा घेतला, तर काहींनी नाष्टा केला. सगळे गाडीत बसले. मीपण गाडी चालवायला बसलो. अचानक लक्षात आले, आपण गाडीला बांधलेल्या बॅगा व्यवस्थित आहेत, की नाही त्या बघू म्हणून खाली उतरलो. पाहतो तर काय रस्त्याने येता-येता सर्व बॅगा वाऱ्याने उडून गेल्या होत्या. सगळ्यांना सांगितले, अरे सर्व बॅगा गाडी चालू असताना उडून गेल्या आहेत. सर्वांना वाटले, हा थट्टा करत आहे - म्हणून सगळे हसायला लागले. पण त्यांना मी म्हणालो, अरे मी थट्टा नाही करत आहे, तुम्ही उतरून पाहा. सर्वजण गाडीमधून उतरले. पाहता तर काय सर्व बॅगा व झोपायचे अंथरुण-पांघरुण उडून गेलेले पाहिल्यावर सर्वजण खूप नाराज झाले. सगळ्यात जास्त मुले खूप नाराज झाली. कारण त्यांचे सर्व नवीन कपडे त्या बॅगांमध्ये होते.

१५ मिनिटे सगळे शांत बसले. मग भाचा म्हणाला, जे झाले ते चांगलेच झाले आणि जे होणार आहे तेसुद्धा चांगलेच होणार. तुम्ही काही टेन्शन घेऊ नका. आपण थोड्या वेळात शनिशिंगणापूर येथे पोहचू व सगळ्यांना कपडे घेऊ. प्रत्येकाने एकमेकांची समजूत काढली व देवदर्शनासाठी मार्गस्थ झालो. थोड्याच वेळात शनिशिंगणापूरला पोहोचलो. सगळ्यांचे देवदर्शन झाल्यावर छानपैकी जेवण घेतले. पुढे आम्ही गणपतीच्या दर्शनासाठी सिद्धटेककडे निघालो. सायंकाळी ठीक सहा वाजता गणपतीचे दर्शन घेतले. अर्धातास मंदिरातच थांबलो. रात्रीचे जेवण झाल्यावर मंदिराच्या समोरच रुम भाड्याने घेतली आणि सिद्धटेकलाच मुक्काम केला. सकाळी पुन्हा घराकडे निघायचे होते पण रात्रीच्या जेवणानंतर घरातील बायकांचा बेत बदलला. सकाळी उठून परत मंदिरामध्ये

दर्शनासाठी आलो. दर्शन झाल्यावर माझी पत्नी मला म्हटली, की आपण एवढ्या लांब आलो आहोत, तर जवळच नवशा गणपती आहे. तेथेही जाऊन दर्शन घेऊन येऊ. पुन्हा परत आपण एवढ्या लांब कधी येतो कोण जाणे?

मी म्हणालो, बरोबर आहे. पण आपण फक्त सिद्धटेकच्या गणपती दर्शनाचे ठरवले असताना आता पुन्हा तुम्ही वेगळे नियोजन करत आहात हे काही माझ्या बुद्धीला पटत नाही.

हो-नाही म्हणत आमचे सर्वांचे नवशा गणपती, शिवरायगड आणि शिवमंदिर येथे जायचे ठरले आणि सर्वच खूप खूश झालेत. आम्ही सर्व नवशा गणपतीच्या दर्शनासाठी गेलो असता तेथे दर्शनासाठी रांगा लागल्या होत्या. मंदिराच्या परिसरात आम्ही फोटो काढले. नवशा गणपतीचे दर्शन घेतले आणि निघालो.

एका ठिकाणी थोडावेळ थांबलो. तेथे जेवण केले व शिवमंदिराकडे निघालो. शिवमंदिर परिसरातही फोटो काढले. शिवाचे दर्शन घेऊन थोडावेळ मंदिरामध्ये थांबलो. नंतर शिवाजी महाराजांच्या रायगडावर जाण्यासाठी निघालो खरे पण वेळेचा अंदाज घेता घरी पोहोचायला खूप उशीर होईल असे वाटले आणि रायगडाला जाण्याचा बेत रद्द करून घरी जाण्याचे ठरविले.

परतीच्या प्रवासाला रात्रीचे ८ वाजले होते. घरातील सर्व मंडळी म्हणाली, मुलांना झोप लागते आहे. एखाद्या चांगल्या हॉटेलला जेवणासाठी गाडी उभी करा. एका हॉटेलला गाडी थांबवली. सगळे भुकेले झाले असल्याने पोटभर जेवले. आम्ही गाडीमध्ये बसलो आणि आम्ही घरी जाण्यासाठी निघालो. आई आजारी असल्याने घरीच होती. तिच्या सोबतीला बहिणीला ठेवले होते. मग माझा लहान भाऊ म्हटला, आपण सगळे पोटभर जेवलो मग आईला काहीतरी खाऊ किंवा मिठाई घेऊन जाऊ. एका ठिकाणी मिठाई घेण्यासाठी थांबलो असता सर्वच जण गाडीतून उतरून पाय मोकळे केले. आम्ही सर्व गाडीमध्ये बसलो आणि नाशिकच्या दिशेने निघालो.

देवदर्शन छान झाल्याने आम्ही सर्व खूप आनंदात होतो. काही वेळात आमच्यावर मोठे संकट येणार हे माहीत नव्हते. कारण अचानक आमच्या रोडवरून एक आयशर टेम्पो प्रचंड वेगात आला आणि आमच्या गाडीला त्याने धडक दिली. तो टेम्पो पलटी झाला व मी आमची गाडी सावरत रस्त्याच्या कडेला उभी केली. थोडावेळ आम्हाला काही सुचेनासे झाले. कारण सेकंदात गाडीची ड्रायव्हर साईट, बोनेटपासून तर मागच्या दरवाजापर्यंत त्या आयशर टेम्पोने फाडून काढली होती. आम्हाला सर्वांना गाडीच्या काचा लागल्याने रक्त येत होते तर काहींना चांगलाच मार लागला होता. मी तर काही मिनिटे गाडीतच बसून सुन्न झालो होतो व देवाला बोलत होतो, की हे काय केले देवा? आम्ही तुझ्या दर्शनाला येऊन मोठी चूक केली का? आमच्या सर्वांच्या आवडत्या

गाडीचे पूर्णपणे नुकसान झाले होते. आम्ही सर्व खूप टेन्शनमध्ये होतो. आम्ही सर्व गाडीच्या बाहेर निघालो व थोड्याच वेळात तेथील लोकांनी ॲम्ब्युलन्स बोलावली आणि आम्हाला दवाखान्यामध्ये नेले.

रात्री १२ वाजता गाडी घेऊन आम्ही पोलीस स्टेशनला गेलो आणि टेम्पो चालकावर गुन्हा दाखल केला. रात्री २ वाजता आम्ही सर्वजण बसने नाशिकला निघालो. बसचालक देव माणूसच होता. त्याने एवढ्या रात्री गाडी थांबवून आम्हाला नाशिकला पोहोचवले. आम्ही सर्व बसमध्ये बसून आपापल्या घरी आलो व झोपून घेतले. सर्वांना झोप लागली पण मला झोप काही लागत नव्हती, कारण की मी खूप रागात होतो.

सकाळी सर्वजण उठल्यावर एकमेकांकडे चिंताग्रस्त होऊन बघत होते. हे असे कसे झाले? याच विवंचनेत सर्वजण होते.

माझ्या पत्नीने मला विचारले, तुम्हाला ती गाडी येताना दिसली नाही का?

मी तिला म्हणालो, आपण आपल्या रस्त्याने बरोबर चाललो होतो. पण तो टेम्पो ड्रायव्हर पिलेला असल्याने त्याचा तोल गेला होता आणि तो विरुद्ध बाजूने म्हणजे आपल्याच रोडवरून आला. आपल्या पुढे एक बोलेरो कार होती. ती बाजूला झाली आणि तेवढ्या वेळात आपण त्या टेम्पोच्या धडकेत सापडलो. मी गाडी वाचविण्याचा खूप प्रयत्न केला. नाही तर समोरासमोर धडक झाली असती व आपण १३मधून सहा ते सात व्यक्ती दगावलो असतो.

मी त्यांना म्हटले, आता तुम्ही सगळे तर्कवितर्क लावत बसू नका, शांत रहा. आलेल्या संकटाशी आपण लढा देऊ असे त्यांचे सांत्वन करत त्यांना शांत राहण्यासाठी सांगत होतो, पण मी मात्र मनातून खूप रागात व टेन्शनमध्ये होतो.

आम्ही इन्शुरन्स कंपनीकडे जाऊन तक्रार नोंदवून गाडीची सर्व कागदपत्रं दिली व त्यांनी आम्हाला सांगितले, की चार दिवसांनी आम्ही तुम्हांला सांगू की गाडी दुरुस्त करायला किती खर्च येईल. तोपर्यंत आम्ही आमची कार नारायणगाव येथून शोरुमच्या गोडावूनला आणली व चार दिवसांनी इन्शुरन्स कंपनीने आम्हाला सांगितले की तुमची कार आम्ही दुरुस्त करून देऊ शकत नाही कारण गाडीचे खूप नुकसान झाले आहे. आम्ही गाडीची ६,७५,००० असलेली आयडीव्ही देऊ, पण गाडी दुरुस्त करून मिळणार नाही. गाडी दुरुस्तीचा खर्च जवळपास ११ लाखापर्यंत जात असल्याने आम्हाला गाडी दुरुस्त करण्यास परवडणार नाही.

मी म्हटले, ठीक आहे. तुम्ही म्हणता तसे करू, पण एकदा माझ्या घरच्यांशी चर्चा करून आपल्याला निर्णय देतो. संध्याकाळी घरच्यांना सर्व हकिकत सांगितली असता ते म्हटले, तुला जसे योग्य वाटेल ते कर.

इन्शुरन्स कंपनीला सांगितले, की तुमची जी काही प्रक्रिया असेल ती तुम्ही पूर्ण

करा. तीन महिन्याच्या आत तुम्हाला गाडीची आयडीव्ही मिळेल; असे सांगून ते त्यांच्या कामाला लागले.

रात्री घरी आल्यावर इन्शुरन्स कंपनीशी झालेली चर्चा घरच्यांना सांगितली. सगळे जण जेवण करून झोपले. रात्री १० वाजता झोपायची तयारी केली व अंथरुणावर शांत पडलो होतो. थोडा विचार करीत होतो की, असे आपल्या बाबतीत का घडले, असे काय चुकले किंवा आपण कोणाचे वाईट केले का? असे का झाले? मी खूप विचार करीत होतो. तेव्हा अचानक आठवले, की आपण नेहमी युट्यूबवर ॲक्सिडेंटचे व्हिडीओ खूप आनंदाने बघायचो. त्यामुळे असे झाले असेल, असा विचार केला आणि तो पूर्णपणे खरा होता. त्यातल्या त्यात प्रवासाला जायच्या अगोदर असे म्हणालो होतो, की लोक दारू पिऊन कार, टेम्पो, ट्रक चालवता. त्यामुळे वर्षाअखेरीस जाण्याचे रद्द करून नवीन वर्षाची १ व २ तारीख ठरवली. माझ्या असे लक्षात आले की, आपण ज्या गोष्टीवर विचार करतो मग तो चांगला असो किंवा वाईट, त्या व्यक्तीच्या बाबतीत तसेच घडत असते आणि तेच आमच्या बाबतीत घडले.

आम्हाला किरणसरांची खूप आठवण आली व त्यांनी सांगितलेली गोष्ट आठवली. त्या गोष्टीतील एक वाक्य कायम लक्षात राहिले ते असे –

'मुश्किले हमेशा हराती है, पर संघर्ष करनेवाला हमेशा जितता है।'

मी विचार केला, आता आलेल्या संकटावर आपल्याला मात करून जीवनामध्ये पुढे जायचे आहे. मला आमच्या चुका कळाल्यानंतर थोड्याच वेळात झोप लागली. सकाळीच जाग आल्यावर स्वत:शीच म्हणालो, अरे केव्हा झोप लागली आणि सकाळ कधी झाली ते समजलेच नाही.

मग अंघोळ करून चहापाणी घेऊन घरीच बसून होतो. तेव्हा दोन नंबरची बहीण आली आणि माझ्याजवळ येऊन बसली. माझ्याकडे बघत ती म्हटली, की तू गाडीचा खूप त्रास करून घेऊ नको. जे झाले त्याला आपण काहीच करू शकत नाही. गाडी पूर्ण खराब झाल्याचे दु:ख मलापण आहे. पण तुम्ही सगळे वाचलात हे काय कमी आहे? तू अशा दहा गाड्या घेशील. त्यामुळे तू अजिबात काळजी करु नको. शेतीकडे व कुटुंबाकडे लक्ष असू दे.

मी म्हटले, माझे लक्ष आहेच. पण देवाने माझ्यासाठीच हा क्षण व ही परिस्थिती का आणली?

बहीण मला म्हटली, अरे त्या जागी दुसरे कोणी असते, तर ते वाचले असते. पण त्यांना हे संकट सहन करता आले नसते. तुझ्यात ती ताकद आहे, तू आलेल्या संकटांचा सामना करू शकतो, हे देवाला माहीत होते. म्हणून तुझ्यावर संकट ओढवले.या संकटातून तुला काहीतरी चांगले शिकायला मिळणार आहे. त्यातून तू पुढे जावे अशी

देवाची इच्छा असेल. म्हणून जीवनामध्ये आलेल्या परिस्थितीचा अनुभव पाठीशी ठेवून पुढे कसे जाता येईल याचा विचार कर आणि स्वत:ची काळजी घे. देवाने दिलेले हे जीवन जग व ते अधिक सुंदर कर. जास्त काळजी करत बसू नकोस.

मला माझ्या बहिणीने समजावून सांगितले पण माझ्या डोक्यातून तो क्षण काही जात नव्हता. कारण की मी असा विचार करायचो, की जर मी त्या संकटातून वाचलो नसतो तर माझे व माझ्या भावाच्या कुटुंबाचे काय झाले असते? मला एकच गोष्ट सारखी विचार करायला लावत होती; ती म्हणजे मी नसताना माझ्या कुटुंबाला पैशासाठी व जगण्यासाठी खूप संघर्ष करावा लागला असता. मी स्वत:शीच थोडा विचार करून म्हणालो, असे कोणते काम केले तर माझ्या कुटुंबाला पैशांची गरज भासणार नाही आणि त्यांच्याकडे कायम पैसा येत राहिला पाहिजे. म्हणजे आज आपण पैशांसाठी काम करतो, तर असे झाले पाहिजे की पैशाने आपल्यासाठी काम केले पाहिजे. असे आपण काही करू शकतो का? असा विचार कायम माझ्या मनात येत होता. तेव्हा एक गोष्ट लक्षात आली, माझ्या या प्रश्नाचे उत्तर फक्त किरण सरच देऊ शकतात.

मग मी किरण सरांना फोन करून विचारले, सर मला तुम्हाला भेटायचे आहे.

सर म्हटले, काय काम काढले सुरेश?

मी म्हटलो, सर तुम्हाला भेटल्यावर आपण प्रत्यक्षच बोलू. तेव्हा मी कधी भेटू तुम्हांला?

सर म्हटले, तासाभराने ये. मी घरीच आहे.

ठीक आहे सर, येतो एका तासात.

मी किरण सरांकडे चाललो आहे. मला येण्यासाठी उशीर होऊ शकतो. काळजी करू नका. असे घरच्यांना सांगून मी निघालो. एका तासाने किरण सरांकडे पोहचलो.

सर म्हटले, ये सुरेश!

आम्ही शांत बसलो होतो.

सर म्हणाले, बोल काय काम होते?

मी म्हणालो, सर समजा मी या जगात नाही. मी नसल्याचे दु:ख माझ्या कुटुंबाला १००% राहीलच. अशा परिस्थितीत त्यांना पैशांसाठी काम करावे लागणार नाही; याची काही शाश्वती आहे का? असा काही व्यवसाय आहे का? की जो मी नसताना माझ्या कुटुंबाला पैसा मिळेल आणि त्यांना आनंदाने जगता येईल.

किरणसर बोलले, असे खूप प्रकारचे व्यवसाय आहेत.

मी म्हटले, असे कोणते व्यवसाय आहे, ते तुम्ही मला सांगा.

किरणसर म्हणाले, की नेटवर्क मार्केटिंग, स्वत:चे नेटवर्क तयार करणे, व्यवसाय करणे, सिंगर बनणे, लेखक बनणे, शास्त्रज्ञ बनणे, शेतीला किंवा व्यवसायाला काहीतरी

आपली कार रस्त्यात पंक्चर झाल्यावर आपण तिला असलेल्या स्टेपनीच्या मदतीने आपल्या इच्छित स्थळी पोहोचतो. तसेच आपण करीत असलेल्या व्यवसायाला पूरक व्यवसाय हवा. कारण एका व्यवसायात मंदी असल्यास दुसऱ्या धंद्याच्या मदतीने आपण आपले इप्सित साध्य करू शकतो.

जोडधंदा करणे. सुरेश तुला मी एक उदाहरण देऊन सांगतो. तुझ्याकडे जी कार आहे, तिला किती चाके आहेत?

मी म्हणालो, चार चाके.

सर माझ्याकडे हसत बघत होते. ते म्हटले, नीट विचार करून सांग.

मी विचार करून सरांना म्हटले, सर चार चाके आहेत.

सर म्हटले, असं समज तू पूर्ण गाडी खोलून राहिला मग तुझ्या लक्षात येईल की कारला किती चाके असतात.

थोड्यावेळाने मी म्हटले, सर एक संरक्षण असलेले चाक व चार चाके असे मिळून पाच चाके कारला असतात.

सर म्हटले, बरोबर. समज आपण आपल्या कुटुंबासोबत कुठे फिरायला गेलो आणि अचानक कारचे एखादे टायर पंक्चर झाले तर आपण स्टेपनीला असलेले

चाक काढून पंक्चर झालेल्या ठिकाणी लावून आपला प्रवास सुरळीत करीत असतो. त्याचप्रमाणे आपल्याला आपल्या व्यवसायात जर अपयश आले, तर आपण दुसऱ्या व्यवसायावर आपला तोल सांभाळू शकतो आणि आपले कुटुंब व्यवस्थित चालवू शकतो. असे संरक्षण जर असेल तर आपल्याला व आपल्या कुटुंबीयांना जीवनामध्ये अडचणीला तोंड देता येते.

किरणसर, शेती करत असताना मला कोणता व्यवसाय करता येऊ शकतो, मी म्हटलो.

किरणसर म्हणाले, की तुला जो पण व्यवसाय करायचा आहे. त्याविषयी तुझे स्वप्नं पाहिजे. जीवन जगण्याविषयीची तुझी स्वप्नं काय आहेत, त्यावर विचार करावा लागेल. जेवढे मोठे स्वप्नं, तेवढा मोठा व्यवसाय. आधी तू तुझे स्वप्नं काय आहे ते एका कागदावर लिहून काढ. काही चांगल्या सवयी स्वत:ला लावून घे. मग आपण व्यवस्थित मार्ग काढू.

मी म्हटले, तुम्हीच सांगा सर मी कुठल्या चांगल्या सवयी स्वत:ला लावू? त्या कोणत्या आहेत त्या मला तुम्ही सांगा. किरणसर म्हटले, हा पेन घे व लिहून काढ.

१) सकाळी उठल्यावर १० ते ३० मिनिटे ध्यान करावे. ध्यान कोणत्याही देवाचे अथवा श्वासाकडे लक्ष द्या (देणे).
२) मी खूप आनंदी आहे. मी जिंकणार, श्रीमंत होणार असा सकारात्मक विचार करा. मी खूप ऊर्जावान, जिद्दी आहे. मी लोकांना चांगली मदत, दानधर्म करतो. मी चांगल्या वस्तू व चांगले माणसे आकर्षित करतो. मी इतरांवर प्रेम करतो. मी बुद्धिवान, तंदुरुस्त व स्वस्थ आहे. असे रोज स्वत:शी बोलायचे.
३) आपली जी स्वप्नं आहेत त्या स्वप्नांमध्ये आपण जगत आहात. अशी कल्पना करा. उदाहरणार्थ :- मी छान बंगल्यामध्ये बसलेलो आहे. मी छान कार चालवतो आहे. मी लोकांना मदत करतो आहे. मी खूप आनंदात आहे, अशी कल्पना करीत राहणे व त्या कल्पनेवर विश्वास ठेवणे.
४) ३० ते ६० मिनिटे छान व्यायाम किंवा प्राणायाम करणे.
५) १० ते ३० मिनिटे सकारात्मक पुस्तक वाचणे किंवा व्हिडीओ बघणे.
६) आपल्याला जे स्वप्नं पूर्ण करायचे आहे ते स्वप्नं कागदावर लिहिणे. स्वप्नं लिहिताना ते पूर्ण झाल्याने तुम्ही देवाचे आभार मानत आहात.
उदाहरणार्थ :- मी अतिशय आनंदी आहे कारण, मी सर्व सुखसोयींनी युक्त असा छान बंगला बांधला आहे. त्या बंगल्यामध्ये राहायला गेलो, त्यासाठी मी देवाचा व सृष्टीचा खूप आभारी आहे.
हे सर्व रोज सकाळी उठल्यावर करायचे आहे. याने स्वत:मध्ये खूप चांगला बदल

घडून आपली स्वप्नं पूर्ण करण्यासाठी चांगले मार्ग सापडतात.

मी किरण सरांना म्हणालो, सर तुमचा मी खूप आभारी आहे, कारण तुम्ही मला माझी स्वप्नं पूर्ण होण्यासाठी चांगल्या सवयी सांगितल्या.

सर, मी आता घरी जाऊन माझी स्वप्नं लिहून काढतो व तुम्ही सांगितलेले सहा उपाय उद्यापासूनच नित्याने करतो. आता येतो मी, धन्यवाद!

किरण सरांकडून चांगली शिकवण घेऊन मी घरी आलो आणि ती घरच्यांनासुद्धा सांगितली. घरातील व्यक्तींना म्हटलो, की आपल्याला शेती सांभाळून काहीतरी जोडधंदा करायचा आहे, जेणेकरून जर आपल्यावर पुन्हा असे काही संकट आले तर आपण व आपले कुटुंब आनंदात राहील.

त्यावर घरचे म्हटले, कुठला जोडधंदा करायचा?

मी म्हणालो, आपण सर्वजण प्रामाणिक कर्म करीत रहा, मार्ग आपोआपच सापडेल. एवढे बोलून सर्व घरातील व्यक्ती आपल्या आपापल्या कामाला निघून गेले.

जीवनात जी संकटे आम्हाला आली त्या संकटांमध्ये यशाचे (ध्येयाचे) रस्ते उघडणार होते हे आम्हाला कळाले.

ह्या वर्षी जिवनात खूप चांगले शिकायला मिळाले. त्याबद्दल भगवंताचे व सृष्टीचे खूप आभारी आहोत.

धन्यवाद!

या पूर्ण विषयामध्ये हे संक्षेप किंवा शिकवण

* पहिली शिकवण : आपण जीवनात जसे विचार करू किंवा जगण्याकडे जसे बघू तसेच आपल्याबाबत घडत असते म्हणून चांगले बघा, बोला, ऐका व विचार करा आणि कायम आनंदी रहा.
* दुसरी शिकवण : आपल्याला जीवनामध्ये देव अडचणी निर्माण करतो; असे आपले म्हणणे असते. परंतु ते आपण करत असलेल्या नकारात्मक विचारांमुळे तसे घडत असते किंवा असे म्हणा, की देव अडचणी जीवनामध्ये देतो कारण त्याला माहीत असते की या अडचणीमधून हा व्यक्ती निघणार आहे, म्हणून तो आपल्याला संकटात टाकतो.
* तिसरी शिकवण : आपण सर्वजण पैशांसाठी काम करतो पण जर पैशाने आपल्यासाठी काम केले तर आपले जीवन अधिकच सुकर होईल.
* चौथी शिकवण : वरील विषयामध्ये सांगितलेल्या चांगल्या सहा सवयी स्वत:ला लावून घ्या व त्या नित्याने करीत रहा. त्यामुळे रोज चांगले विचार मनामध्ये येतात. मगच यशाचा मार्ग गवसतो.
  १) ध्यान करणे, २) जे पाहिजे ते बोलत राहणे, ३) जे पाहिजे त्या स्वप्नांची कल्पना करणे, ४) रोज व्यायाम/प्राणायाम करणे, ५) सकारात्मक पुस्तक वाचणे, ६) जे स्वप्नं पाहिले आहे; ते सत्यात लिहून काढणे.
* पाचवी शिकवण : जीवनात आपल्याला कुठे जायचे आहे हे माहित पाहिजे. हे जर समजले तर कसे जायचे याचा मार्ग आपोआप गवसणार. आपल्याला कोठे जायचे याचा विचार करायला ९५% बुद्धी खर्च करायची आहे. मग कसे जायचे त्यासाठी फक्त ५% बुद्धी खर्च करावी लागते.

धन्यवाद!

७ | स्वतःच्या मनाचे मालक तुम्ही स्वतः आहात

मन वढाय-वढाय, त्याले ठायी-ठायी वाटा....

आपल्याला जडलेल्या वाईट सवयी केवळ मनावर ताबा नसल्यानेच जडलेल्या असतात. जर त्यातून मुक्त व्हायचे असेल आणि प्रगतीचे शिखर गाठायचे असेल तर आपल्याला मनावर ताबा मिळविणे आवश्यक आहे. मनावर ताबा मिळविण्यासाठी भगवंताने योग, ध्यानधारणा करण्याचा उपाय सुचविला आहे. त्यानेच तुम्ही शांत, संयमी होऊ शकतात.

मी पहाटे पाच वाजता उठलो, कारण मला सहा चांगल्या सवयींचा रोज वापर करायचा होता. तर पहिल्यांदा १० मिनिटे ध्यान केले व दुसऱ्यांदा जीवनामध्ये चांगले घडेल अशा सकारात्मक शब्दांचा वापर केला. तिसऱ्यांदा जे स्वप्नं पाहिले, त्या स्वप्नांमध्ये जाऊन त्या कल्पना व तसे विचार सकारात्मक बनविले. चौथ्यांदा २० मिनिटे व्यायाम व काही प्राणायाम केले. पाचव्यांदा सकारात्मक पुस्तक २० मिनिटे वाचले व सहाव्यांदा जे स्वप्नं हवे आहे; ते स्वप्नं पूर्ण झाले आहे, असे लिहून काढले.

या क्रिया रोज पहाटे उठून मी करीत होतो. घरातील सर्व मंडळी माझ्याकडे बघत असे. एकदा त्यांनी मला विचारले, आता हे काय नवीन. मग मी त्यांना सांगितले,

की आपल्याला जर आपली स्वप्नं पूर्ण करायची असतील तर या चांगल्या सवयी मला व तुम्हाला लावाव्याच लागतील. मला हे किरण सरांनी सांगितले आहे. शिवाय सेमिनारमध्येही मी हे ऐकले आहे. जर आपल्याला श्रीमंत बनायचे असेल किंवा आपली स्वप्नं पूर्ण करायची असतील, तर श्रीमंतांच्या या चांगल्या सवयींचे आपण अनुकरण केले पाहिजे. या सवयींमुळे आपण आपली स्वप्नं पूर्ण करू शकतो. म्हणून मी रोज या सहा चांगल्या सवयी स्वतःला लावण्याचा प्रयत्न करतो आहे आणि तुम्हीसुद्धा स्वतःला या सवयी लावून घ्या. जेणेकरून आपली स्वप्नं लवकर पूर्ण होतील. असे सांगून मी शांत बसलो. मग किरण सरांनी सांगितल्याप्रमाणे मी माझी स्वप्नं लिहून काढली.

माझ्या स्वप्नांची यादी –

१) मला व माझ्या कुटुंबाला शेतीमध्ये शाश्वत उत्पन्न हवे.

२) मला व माझ्या कुटुंबाला ५० लाख रुपयांचा टुमदार बंगला हवा.

३) मला व माझ्या कुटुंबाला १५ लाख रुपये किमतीची कार हवी.

४) आमच्या मुलांचे शिक्षण CBSE पॅटर्न असलेल्या चांगल्या शाळेत व्हावे.

५) घरातील स्त्रियांची प्रत्येकी चार लाख रुपयापर्यंत सोन्याचे दागिने घेण्याची इच्छा पूर्ण व्हावी.

६) पाच एकर शेत जमीन घेण्याची इच्छा पूर्ण व्हावी.

७) मला व माझ्या कुटुंबाला परदेश दौरा करावयाचा आहे.

८) आमच्या कुटुंबाच्या हातून व माझ्या हातून दरवर्षी काही दानधर्म व्हावा.

९) आई-वडिलांना, मोठ्या बहिणी यांना शेवटपर्यंत सांभाळण्याची इच्छा पूर्ण व्हावी.

१०) स्वतःच्या कुटुंबाला, माझ्या गावाला म्हणजे जानोरीला, माझ्या नाशिक जिल्ह्याला, माझ्या भारत देशाला नंतर पूर्ण जगाला मदत करायला आवडेल.

११) आमचे बँक लोन (कर्ज) वेळेच्या आत फेडले जावे.

ही सर्व स्वप्नं मी लिहून काढली व किरण सरांना फोन करून सांगितले, की मी माझी सर्व स्वप्नं लिहिली आहेत. आता पुढे काय करू?

किरणसर म्हटले, तू आता थोड्या वेळाने ती लिहिलेली सर्व स्वप्नं माझ्याकडे घेऊन ये.

मी म्हणालो, ठीक आहे सर! येतो मी.

काही वेळाने सरांकडे गेलो. तेथे गेल्यावर मी घराची बेल वाजवली. सीमा मॅडमने दरवाजा उघडला.

मी म्हणालो, नमस्ते मॅडम!

मॅडम म्हणाल्या, गुड मॉर्निंग सुरेश!

मी गालात हसलो व विचारले, सर कुठे आहेत?

मॅडम म्हणाल्या, येतीलच दहा मिनिटात, तू बस. मी तुझ्यासाठी चहा बनविते.

मी बसलो व थोड्याच वेळात किरणसर आले. आम्ही सर्व गप्पा मारीत बसलो. सरांनी विचारले कुठे आहे तुझी स्वप्नांची यादी.

मी बनविलेली स्वप्नांची यादी त्यांना दाखविली.

सरांनी ती वाचली आणि म्हटले, खूप छान स्वप्नं आहेत तुझी.

हे बघ सुरेश, प्रत्येक व्यक्तीची स्वप्नं खूप मोठी असतात. अगदी फुटबॉलच्या मैदानाएवढी! पण काही माणसांचे उत्पन्न फुटबॉलइतकेच असल्याने त्यांची स्वप्नं पूर्ण होत नाहीत. ते कसे; नीट समजून घे. समज एक ट्रक आहे. त्याला चार सारखी चाके आहेत. त्यातील एक चाक काढून त्याजागी स्कूटरचे चाक लावले तर ती ट्रक चालेल का? मला सरांनी विचारले.

मी म्हणालो, नाही चालणार.

मग सर म्हटले, जर ट्रक सुरळीत चालवायचा असेल, तर चाके कशी पाहिजे.

मी म्हणालो, एकसारखी पाहिजेत. तरच ट्रक किंवा गाडी सुरळीत चालेल.

किरणसर म्हणाले, आपल्या जीवनाची गाडी व्यवस्थित चालण्यासाठी, आपली मोठी स्वप्नं पूर्णत्वास नेण्यासाठी आपले उत्पन्नसुद्धा तेवढेच मोठे असायला हवे. तरच ती पूर्ण होतील आणि मग आपण आनंदी राहू शकू. आपले उत्पन्न वाढविण्यासाठी आपल्याकडे योग्य साधन आहे का? जर ते साधन योग्य नसेल तर तशा साधनाचा शोध घेऊन त्यावर काम केल्यास आपली स्वप्नं पूर्ण होतील. मोठी स्वप्नं उराशी बाळगून ती पूर्ण केलेल्या व्यक्तींनी हे सिद्ध करून दाखविले आहे. जगात असे अनेक लोक आहेत ज्यांनी अशीच मोठी स्वप्नं बघितली आणि स्वप्नंपूर्तीचा आनंदही घेतला आणि घेत आहेत.

डॉक्टर अब्दुल कलाम या महान व्यक्तीने खूप छान विचार सांगितला आहे तो असा – 'स्वप्नं ते नाही आहे जे तुम्ही झोपताना बघतात, स्वप्नं ते असे जे तुम्हाला झोपू देत नाही.' त्यांचा अजून एक विचार आहे– 'इससे पहले कि सपने सच हो, आपको सपने देखने होंगे।' स्वप्नं बघा व ते पूर्ण करा.

पहिल्या चित्रामध्ये स्वप्नं खूप मोठे दाखविले आहे व उत्पन्न (इन्कम) कमी आहे त्यामुळे स्वप्नांचा आणि उत्पन्नाचा ताळमेळ बसत नसल्यामुळे ती स्वप्नं पूर्ण होत नाहीत.

पण दुसऱ्या चित्रामध्ये स्वप्नं खूप मोठे दाखविले आहे व योग्य साधन शोधून स्वप्नांचा आणि उत्पन्नाचा योग्य ताळमेळ असल्यामुळे आपली छोटी–मोठी स्वप्नं १००% पूर्ण होतात.

माणसाने स्वप्नं पूर्ण केले तर तो यशस्वी होतो आणि यशस्वी झाला की श्रीमंत होतो. पण मी माझ्या जीवनामध्ये जी व्यक्ती यशस्वी होऊन श्रीमंत (RICH) बनताना बघितली त्या माणसाकडे चार गोष्टी आणि खूप उच्च विचार असतात; ते म्हणजे –

फुटबॉलचे मैदान

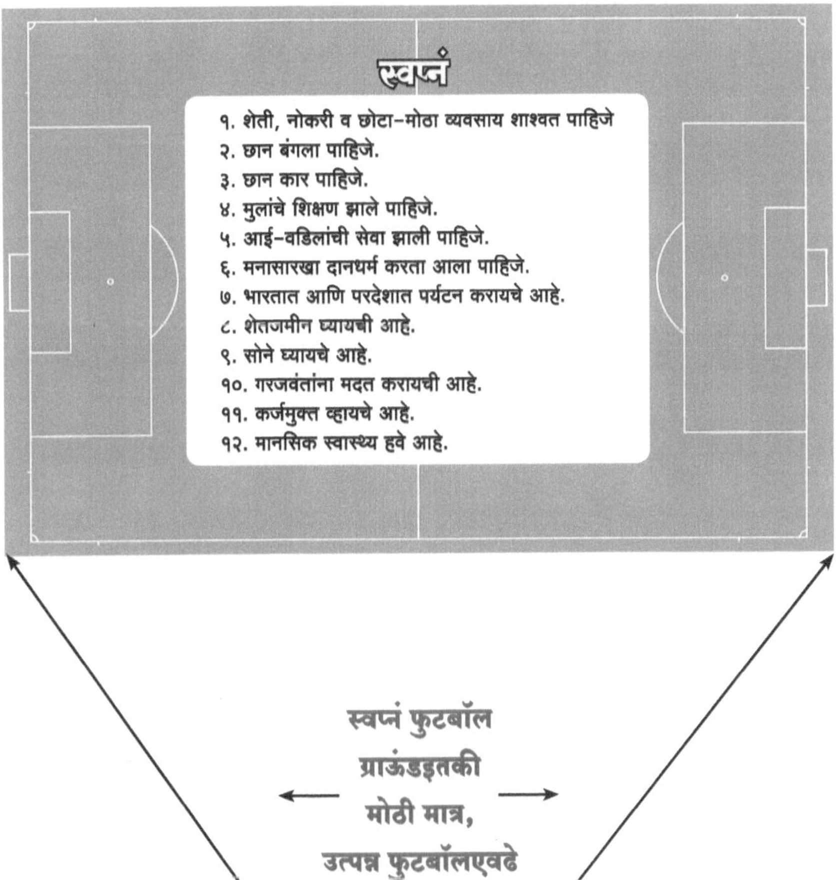

स्वप्न व उत्पन्न यांचा ताळमेळ न बसल्याने स्वप्नपूर्ती होत नाही.

फुटबॉलचे मैदान

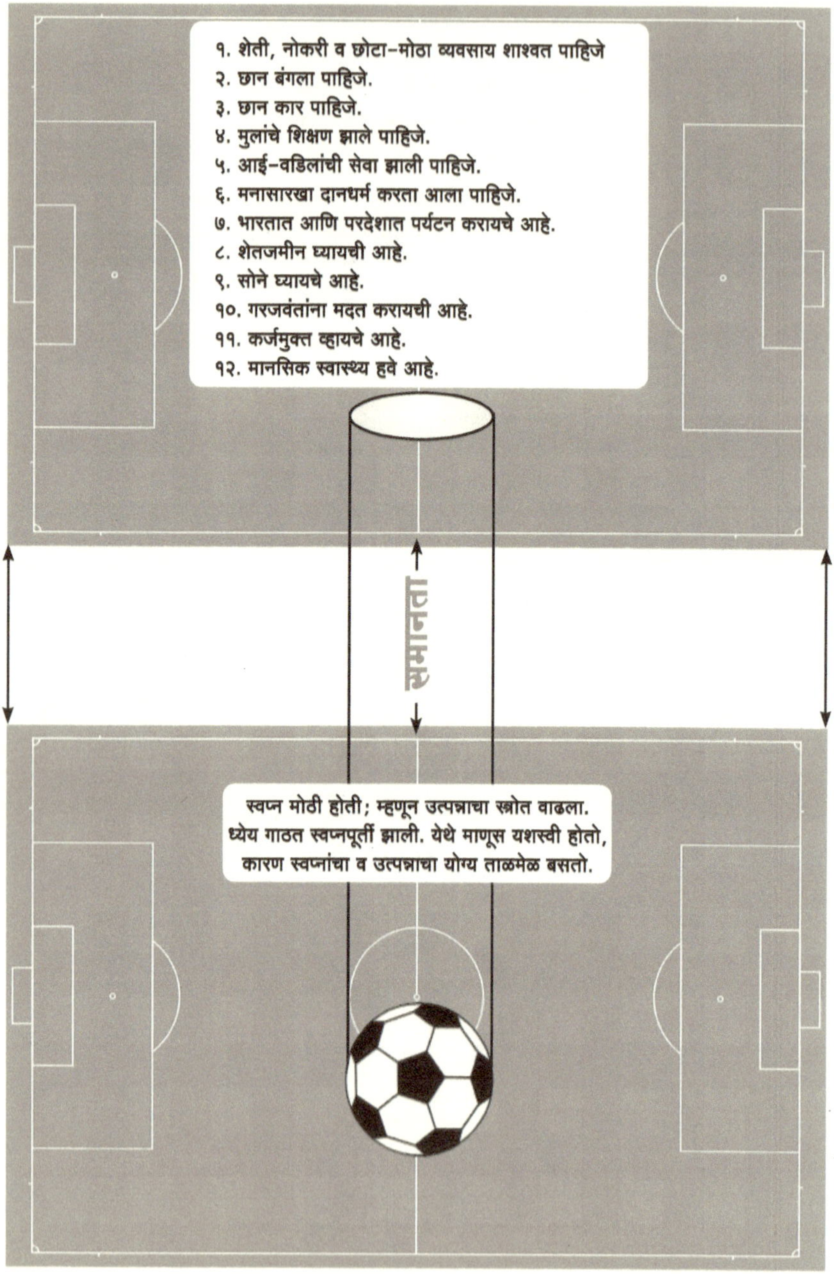
१. शेती, नोकरी व छोटा-मोठा व्यवसाय शाश्वत पाहिजे
२. छान बंगला पाहिजे.
३. छान कार पाहिजे.
४. मुलांचे शिक्षण झाले पाहिजे.
५. आई-वडिलांची सेवा झाली पाहिजे.
६. मनासारखा दानधर्म करता आला पाहिजे.
७. भारतात आणि परदेशात पर्यटन करायचे आहे.
८. शेतजमीन घ्यायची आहे.
९. सोने घ्यायचे आहे.
१०. गरजवंतांना मदत करायची आहे.
११. कर्जमुक्त व्हायचे आहे.
१२. मानसिक स्वास्थ्य हवे आहे.
समानता
स्वप्न मोठी होती; म्हणून उत्पन्नाचा स्त्रोत वाढला. ध्येय गाठत स्वप्नपूर्ती झाली. येथे माणूस यशस्वी होतो, कारण स्वप्नांचा व उत्पन्नाचा योग्य ताळमेळ बसतो.

RICH या शब्दात या चार गोष्टी आहेत.

१) R - Relationship = नातेसंबंध

२) I - Income = पैसा

३) C - Character = चारित्र्य

४) H - Health = आरोग्य

'RICH' शब्दामधला 'R' हा Relationship चा, 'I' हा Income चा, 'C' हा Character चा, 'H' हा Health चा!

'नातेसंबंध, पैसा, चारित्र्य आणि आरोग्य' हे चारही स्तंभ मजबूत आणि संतुलित असणे म्हणजे RICH असणे. यातील एक स्तंभ जरी डळमळीत झाला असेल किंवा मजबूत नसेल तर बाकीचे तीन असूनही उपयोग नसतो.

आपण जीवनात मनामध्ये चांगल्या भावनेने, विचारांनी स्वप्नं बघत असू तर ती पूर्ण होणारच.

किरणसर म्हटले, प्रत्येक माणूस हा स्वत:च्या मनाचा मालक असतो. त्याचे भगवद्‌गीतेच्या १५ अध्यायातील एक उदाहरण सांगतो -

श्रीकृष्ण भगवंत अर्जुनाला सांगतात, माणसाचे शरीर हे एक देहरूपी रथासारखे आहे. आत्मा हा मालक आहे. मन हे आत्म्याचे सारथी आहे. सारथीच्या हातामध्ये जे घोड्यांचे लगाम आहेत ते म्हणजे पाच ज्ञानेंद्रिय. त्यामध्ये पहिले इंद्रिय कान, दुसरे नाक, तिसरे डोळे, चौथे आतील तोंड व पाचवे जीभ.

या पंचेंद्रियांद्वारे यशस्वी माणसे विचारांचा चांगला वापर करतात. अंतरात्म्याद्वारे मनाला ताब्यात ठेवून त्यांनी बघितलेली सर्व स्वप्नं ते मनाकडून पूर्ण करून घेतात, म्हणून ते यशस्वी होतात. पण जी व्यक्ती यशस्वी होत नाही त्यांच्यासाठी हीच क्रिया उलटी होते, कारण ते म्हणजे मनाचा मालक आत्म्याने बनायला पाहिजे; तर त्यांच्या देहाचा मालक मन होते आणि जसे मन म्हणेल तसे या पंचेंद्रियांमार्फत भरकटत असतात. त्यामुळे त्यांना योग्य साधन सापडत नाही. जर योग्य साधन हवे असेल, तर मनावर ताबा मिळवून ते एकाग्र ठेवले पाहिजे. मनाला रोज एकांतात ठेवले पाहिजे किंवा रोज सकाळी साधना (ध्यान) करावे. ध्यानामुळे मन शांत राहते. मन शांत असेल तर योग्य साधन शोधून त्यानुसार कर्म केली, की आपली स्वप्नं पूर्ण होतात.

सुरेश मी तुला काही माणसांची गंमत सांगतो; जी माणसे जीवनामध्ये यशस्वी होत नाहीत; ते लोक देवावर खूप विश्वास ठेवतात. तो ठेवलाही पाहिजे. पण जसा ते देवावर विश्वास ठेवतात तसा स्वत:वर का नाही ठेवत? देवाप्रमाणेच स्वत:वर विश्वास ठेवून कामे (कर्म) करावी आणि यशस्वीतेची फळे चाखावीत; असे भगवंतांनी सांगितले आहे.

महाभारतात कौरव आणि पांडव यांचे युद्ध झाले तेव्हा अर्जुनासोबत श्रीकृष्ण

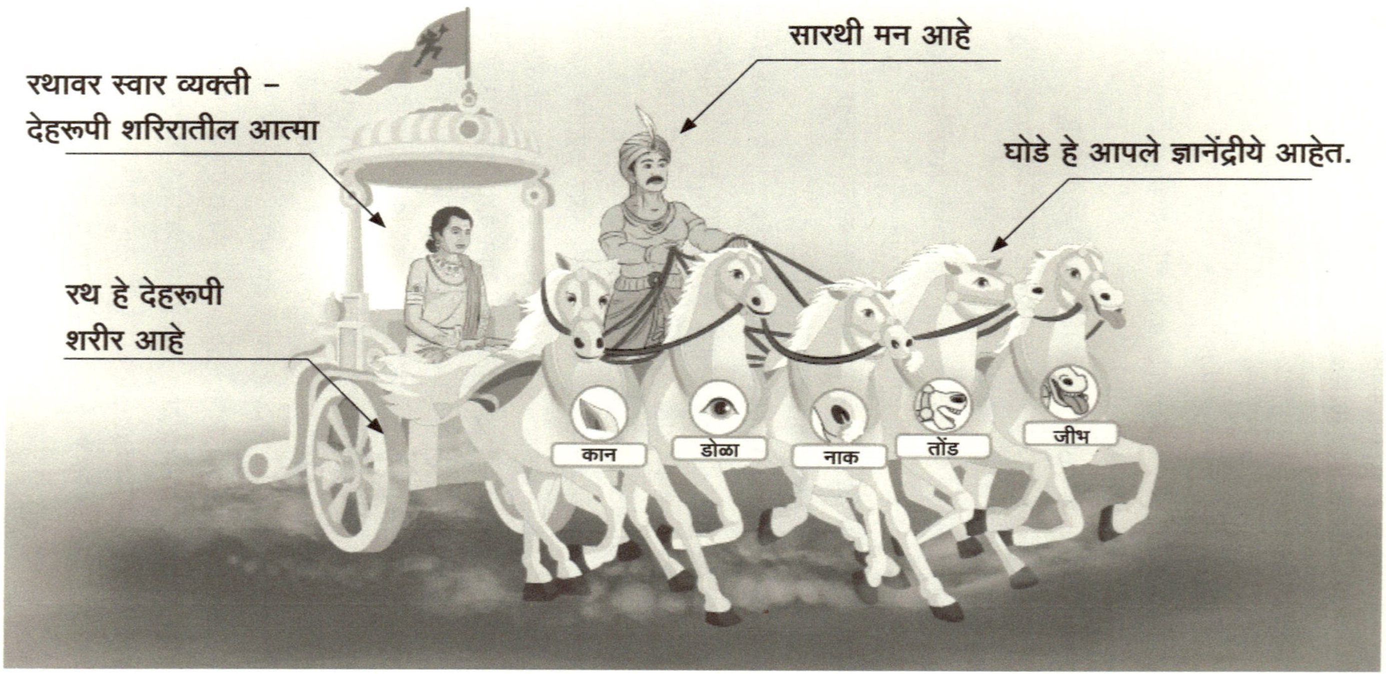

मनाने आपल्या आत्म्याचे मालक न होता, आत्म्याने मनाचे मालक व्हायला पाहिजे;
म्हणजे काय तर, आत्म्याने आपल्या मनावर ताबा मिळवायला पाहिजे.

आपल्या स्वप्नांची चित्ररूपी यादी आपल्या झोपेच्या जागेसमोर लावा आणि त्या स्वप्नांच्या पूर्ततेची तारीख त्या त्या चित्राजवळ लिहून ठेवा. येत्या पाच वर्षांत ते स्वप्नं पूर्ण झालेली असतील.

भगवंत अर्जुनाचे सारथी म्हणून होते. बरोबर आहे का सुरेश?

मी म्हणालो, हो सर बरोबर आहे.

जर अर्जुनासोबत साक्षात श्रीकृष्ण भगवान असताना अर्जुनाला धर्मासाठी व कर्मासाठी युद्ध करावे लागले. आपण तर सर्वसामान्य मानव आहोत, आपल्याला स्वत:साठी, कुटुंबीयांसाठी, आपली ध्येयं गाठण्यासाठी, स्वप्नांच्या पूर्ततेसाठी आपले कर्म चांगले पाहिजेत. त्यासाठी माणसाने आत्म्याद्वारे स्वत:च्या मनाचे मालक स्वत: व्हावे!

एक गरीब माणूस श्रीमंत माणूस बनवू शकत नाही, पण एक श्रीमंत माणूस खूप श्रीमंत माणसे बनवू शकतो. त्यासाठी आपण श्रीमंत माणसांच्या काही चांगल्या सवयी स्वत:ला लावून घेतल्याच पाहिजे, तरच आपण यशस्वी होऊ.

काही कळाले का सुरेश?

मी म्हटलो, हो सर! मला खूप काही चांगले तुमच्याकडून शिकायला मिळाले. तुम्ही आम्हाला भगवद्गीतेतील खूप छान उदाहरण सांगितले. मी मनाशी एक पक्के ठरवले; की उद्यापासून भगवद्गीता वाचून, समजून घेणार आणि तुम्ही सांगितलेल्या श्रीमंतांच्या चांगल्या सवयी स्वत:ला लावण्याचा १००% प्रयत्न करणार, यशस्वी होणार!

किरणसर म्हटले, अरे महत्त्वाचे बोलायचे राहिले. तुला दोन पुस्तकांची नावे सांगतो, रोज एक पुस्तक १५ मिनिटे वाच. त्यातील पहिले पुस्तक 'यश तुमच्याच हातात' याचे लेखक शिव खेरा आहेत आणि दुसरे 'द सिक्रेट' याची लेखिका रॉन्डा

बर्न या आहेत. तू पहिले 'यश तुमच्याच हातात' हे पुस्तक वाच. तुला तुझी स्वप्नं पूर्ण करण्यासाठी या पुस्तकांची खूप मदत होईल. तू जी स्वप्नं लिहिलेली आहेत, ती तुला सत्यात आणावयाची असतील, तर तुला तू जेथे झोपतो त्या ठिकाणी तुझ्या स्वप्नांची यादी तारीख टाकून चिकटवावी लागेल. उदाहरण देऊन सांगतो, तुला जसा बंगला हवा आहे त्याचे चित्र काढून किंवा रेडिमेड चित्र आणून त्यावर ते स्वप्नं कधीपर्यंत पूर्ण व्हावे असे तुला वाटते. ती तारीख त्यावर लिहून चिटकवणे. तू तारीख टाकल्यावर त्या स्वप्नांमध्ये एक जीव तयार होतो. खूप मोठी ताकद तयार होते आणि ती वस्तू किंवा ते चित्र सतत बघून आपले मन त्या गोष्टीचा सतत विचार करू लागते आणि ही सृष्टी किंवा ब्रह्मांड आपल्याकडून ते स्वप्नं पूर्ण करून घेते. सुरेश आले का तुझ्या लक्षात ?

किरण सरांना मी म्हटले, सर तुम्ही सांगितलेले सर्व काही माझ्या लक्षात राहील. तुमचे खूप खूप आभार, धन्यवाद! येतो मी आता, पुन्हा भेटू.

किरणसर म्हटले, हो नक्कीच! Good day!!

या पूर्ण विषयामधून हे संक्षेप किंवा शिकवण

* पहिली शिकवण : प्रत्येक माणसाचे लहान व मोठे स्वप्नं असते, पण त्यांचे उत्पन्न (इन्कम) स्वप्नंपूर्तीस पुरेसे नसते म्हणून ते वाढविणे गरजेचे असते.
* दुसरी शिकवण : आपली स्वप्नं एका कागदावर लिहून त्यांच्या पूर्ततेची योग्य तारीख टाकून आपल्या झोपण्याच्या जागेसमोर चिकटविणे. ते सतत आपल्या समोर असल्याने आपले मन त्या दिशेने वाटचाल करते आणि ब्रह्मांडामधून ऊर्जा मिळते आणि ती स्वप्नं प्रत्यक्षात साकारतात. हे सर्व आपण करून बघा कारण आम्ही व यशस्वी लोकांनी सिद्ध करून दाखविले आहे आणि यशस्वी झाले आहेत.
* तिसरी शिकवण : मनाने आपल्या आत्म्याचे मालक न होता, आत्म्याने मनाचे मालक व्हायला पाहिजे. म्हणजे काय तर, आत्म्याने आपल्या मनावर ताबा मिळवायला पाहिजे.
* चौथी शिकवण : प्रत्येक माणसाने देवाइतकाच स्वत:वरसुद्धा पूर्ण विश्वास ठेवलाच पाहिजे.
* पाचवी शिकवण : अर्जुनासोबत त्यांचे मित्र साक्षात् भगवान श्रीकृष्ण असतानाही त्यांना धर्मासाठी व कर्मासाठी युद्ध करावे लागले, त्याचप्रमाणे आपल्यालासुद्धा आपल्या कुटुंबीयांसाठी चांगली कर्मं करावी लागतील, तेव्हाच आपले ध्येय, स्वप्नं पूर्ण होतील तरच आपण यशस्वी होऊ.

धन्यवाद!

८ स्वतः आनंदी रहा व स्वतःवर प्रेम करा

दरवर्षीप्रमाणे आम्ही या वर्षी शेतात डाळिंबाचा बहर धरला होता. डाळिंबाची छाटणी करणे, खते टाकणे, मजुरांकडून काम करून घेणे, कीटकनाशके, बुरशीनाशके व जैविक औषधे शेतीला फवारणे अशी भरपूर कामे शेतात करीत होतो. त्या वर्षी बंगला बांधायचा आमचा निर्णय १००% झाला. कारण आमच्या राहत्या घराला दोनच खोल्या होत्या. शिवाय ते घर १५ वर्षे जुने होते. या छोट्याशा घरात आम्ही दहा जण राहत होतो. माणसे जास्त असल्याने आम्हाला घर लहान पडत होते. शेतीमध्ये चांगल्या सुविधा करायच्या होत्या म्हणून आम्ही घरामध्ये पैसा खर्च केला नाही. डाळिंबाच्या उत्पन्नाचा अनुभव असल्याने त्या विश्वासावर आम्ही पाच लाख रुपये शेतीला खर्च केला. या वर्षी एक्सपोर्ट क्वॉलिटीची डाळिंबं करण्याचे आमचे ध्येय असल्याने आम्ही डाळिंबाच्या शेतीसाठी ५ लाख रुपये खर्च केले.

हळूहळू छान फळे लागली. जसजसा फळांचा बहर वाढत जायचा तसतसे आम्ही बंगल्याचे स्वप्नं रंगवू लागलो. आपला बंगला कसा असावा, याविषयी घरी रोज चर्चा होऊ लागली. आपण छान किचन बनवू, पत्नी म्हणाली, की आपण छानसे देवघर बनवू, भाऊ व त्यांची मंडळी म्हणाली, मोठ्ठा हॉल बांधू व मुलांना अभ्यासासाठी वेगळी खोली, प्रत्येकाचे स्वतंत्र बेडरुम बांधू. असे प्रत्येकाचे काही ना काही सांगणे रोज चालत असे. या सर्वांत माझी इच्छा वेगळीच होती, मला दोन मजली बंगला बांधायचा होता कारण ती गरज होती. त्यामुळे मी घरच्यांना सांगितले होते, की आपल्याला दोन किचन, दोन हॉल, दोन देवघर, दोन स्टोअररुम, चार बेडरुम व चार बाथरुम असा प्रशस्त बंगला बांधायचा आहे.

आम्ही शेतीला पाच लाख रुपये खर्च केला होता. पण आम्हाला हे माहीत नव्हते, की आता पुन्हा आपल्यावर संकट येणार. त्यावर्षी पावसाने हजेरीच लावली नाही. पाऊस न पडल्यामुळे शेतीला हळूहळू पाणी कमी पडत गेले. डाळिंबाला चांगला बहर येऊनसुद्धा आम्ही चिंताग्रस्त होतो. सर्वांनी मला विचारले, आता आपण कसे काय पीक वाचवायचे आणि उत्पन्न चांगले काढायचे. काहीतरी योग्य मार्ग काढू. तुम्ही त्रास करून घेऊ नका. मी अनिलभाऊकडे जाऊन काहीतरी युक्ती घेऊन येतो.

मी अनिलभाऊला फोन करून त्यांची भेटण्याची वेळ घेतली. त्यांनी दुपारी

दोन वाजता ये म्हणून सांगितले. तोपर्यंत मी शेतीला पाणी दिले. खाद्ये टाकली आणि विहिरीजवळ खूप वेळ विचार करीत थांबलो. विहिरीला आडवे छिद्र पाडले तर पाणी थोडेतरी वाढेल. बोअरवेल मशिन आणावे व छिद्र मारून बघावे, असा विचार करीत होतो. दोन वाजत आले होते. मी घरच्यांना, अनिलभाऊकडे जाऊन त्यांचा सल्ला घेतो. त्यांनाही पाण्याची समस्या असेलच. त्यांना विचारून आपण निर्णय घेऊ, असे सांगून निघालो.

अनिलभाऊकडे पोहोचलो तेव्हा ते शेतीला औषध मारीत होते. तोपर्यंत मी त्यांची वाट पाहत बसलो. थोड्या वेळात ते आले व मला बोलले, अरे तू आला माझ्या लक्षातच नाही की मी तुला येथे बोलावले आहे. बस मी तोंड व हात-पाय धुऊन फ्रेश होतो.

बोल सुरेश काय काम काढलेस? काय मदत करू शकतो तुझी?

डाळिंब कसे आहेत तुझ्या शेतातले?

मी म्हटले, डाळिंब चांगले आहे, पण पाण्याची खूप बिकट परिस्थिती आहे.

अनिलभाऊ म्हटले, तुझीच थोडी पाण्याची समस्या आहे का? सगळ्यांना शेतीला व पिण्यासाठी पाण्याची कमतरता आहे. आम्हाला पण पाण्याची अडचण येत आहे. आम्ही घरातील सर्व पाण्याचे काय नियोजन करता येईल, त्याविषयी विचार करीत आहोत.

मी म्हटले, मग तुम्ही सांगा काय नियोजन करता येईल?

ते म्हणाले, आपण अगोदरच आपल्या शेतामध्ये मोठे तळे करायला पाहिजे होते. जर आता आपण तळे केले, तर त्यात पाणी भरायचे कुठून? हा पण एक प्रश्नच आहे. दुसरे असे की, उभे बोरिंग किंवा विहिरीला आडवे बोरिंग केले तरी जमिनीमध्ये पाणीच नाही. मग उभे किंवा आडवे बोरिंग करून काय फायदा? (बोरिंग म्हणजे विहिरीला छिद्र पाडणे, जमिनीला छिद्र पाडणे)

मी म्हटले, मग काय केले पाहिजे अनिलभाऊ?

ते म्हटले, याला आता एकच पर्याय आहे. टँकरने पाणी विकत घेऊन टाकणे किंवा स्वत: टँकर विकत घेऊन पाण्याचा शोध घेणे. मलचींग पेपर टाकणे किंवा चिपट कचरा याने झाडाखाली आच्छादन करणे जेणेकरून पाण्याचे बाष्पीभवन होणार नाही आणि पाण्याची बचत होईल, असे नियोजन करावे लागेल.

मी म्हणालो, तुम्ही म्हणता ते बरोबर आहे. तसे केल्यानेच आपण पाण्याची बचत करू शकतो. येतो मी, टँकरने पाणी कुठे भेटते, ते बघतो.

मग मी घरी आलो व घरातील व्यक्तींना सांगितले, की अनिलभाऊ म्हटले, की एक तर टँकर विकत घ्या किंवा टँकरने पाणी विकत घ्या. माझे असे मत आहे, की आपण विहिरीला आडवे बोअर (होल) करून बघावे. नंतर टँकरचा विचार करावा.

त्यावर भाऊ व पत्नीने संमती दर्शविली. मी आडवे बोअर करणाऱ्या माणसाकडे गेलो व मशिनरी आणून आडवे बोअर केले. थोडे पाणी विहिरीला लागले पण तेवढ्याने शेतीची भूक भागणार नव्हती. मग आम्ही १४०० रुपये टँकरने १२ हजार लिटर पाण्याच्या टँकरची ऑर्डर दिली. रोज चार टँकर आम्हाला लागत. असे पाऊस पडेपर्यंत म्हणजे जवळपास तीन महिने चालले. तीन महिन्यांनी पाऊस पडला तोपर्यंत टँकरने एकूण सहा लाख रुपयाचे पाणी विकत घेतले. त्यामुळे डाळिंबाची झाडे व फळे थोडी चांगली बनली.

त्यात देवाने अजून एका संकटात टाकले. आमच्या आईला लकवा (पॅरेलीसीस) झाला. घरातील सगळेच पुन्हा टेन्शनमध्ये आले. आईला १३ दिवस आयसीयूमध्ये ठेवले होते. हॉस्पिटलचे चार लाख रुपये बिल भरून आईला घरी आणले.

डाळिंबाची फळे तयार झाली होती. ती आम्ही १५ लाखाला व्यापाऱ्याला विकली. व्यापाऱ्याने दहा लाख रुपये दिले व पाच लाख रुपये देतो म्हणून पळून गेला. ही अजूनच खर्चात भर पडली. शेतीला ५ लाख, मुलांचे शिक्षण व घर खर्च ५ लाख, टँकरने पाणी टाकले तो खर्च ६ लाख, व्यापाऱ्याने ५ लाख रुपये पळवले व आईला दवाखान्यामध्ये ४ लाख रुपये लागले असे २५ लाख रुपये २०१७ –१८ मध्ये खर्च झाले. डाळिंबाच्या उत्पन्नातून मिळाले फक्त १० लाख आणि खर्च झाले २५ लाख रुपये. त्यामुळे आमच्यावर १५ लाख रुपयांचे कर्ज झाले. परत पुढच्या वर्षी घरखर्चाला ५ लाख व शेतीला ५ लाख असे दहा लाख रुपये लागणार होते आणि कर्जाचा बोजा २५ लाखांवर जाणार होता. त्यामुळे आम्ही सर्व खूपच अडचणीत आलो.

आम्ही टेन्शनमध्ये असताना मनात चांगले विचार येत नव्हते. सकारात्मक पुस्तकांचे वाचन, चांगल्या मित्रांत जाणे बंद झाले आणि हळूहळू वाईट मित्र जोडले गेले आणि मनात नकारात्मक विचार येऊ लागले.

आम्हाला काहीच सुचत नव्हते. आम्ही सारखे असा विचार करायचो, की मुलांना साध्या शाळेत टाकू म्हणजे त्यांच्या शैक्षणिक खर्चात दरवर्षी दीड लाख रुपये वाचतील. चार मुलांच्या शिक्षणाला दरवर्षी १ लाख ७० हजार रुपये लागत होते व घरखर्च तीन लाख आणि शेतीला पाच लाख रुपये दरवर्षी लागतच होते. या टेन्शनमुळे माझा हळूहळू स्वभाव चिडचिडा व रागीट होत गेला. मन नकारात्मक गोष्टीकडे वळू लागले. मी कुटुंबाची जबाबदारी घेताना घाबरू लागलो. जबाबदारीपासून लांब पळायला लागलो. कमी कष्टात पैसा आणि आनंद कुठे मिळेल; यांचा विचार करायला लागलो.

बँकेचे कर्ज (लोन) वाढत चालले होते व कुटुंबाच्या चिंतेने वाईट मार्गाला लागलो आणि त्यात पुरता अडकलो. आधी जितका सकारात्मक विचार करीत होतो; तेव्हा कोणत्याही संकटाला घाबरलो नाही आणि स्वभावही कधीच चिडचिडा झाला नाही, रागीट झाला नाही. स्वतः खूप आनंदात राहत होतो व घरच्यांनापण आनंदात ठेवत

होतो. पण जसजशी संकटे येत गेली तसतसा वाईट मार्गाला जायला लागलो. पण सारखे मनात येत होते, की आपल्याला देवाने स्वत:चे व आपल्या कुटुंबीयांचे काहीतरी चांगले करण्यासाठी, आपली स्वप्नं पूर्ण करण्यासाठी जन्म दिला आहे.

चुकीच्या मार्गाला जरी लागलो होतो, तरी जेव्हा मी तेथे जायचो तेव्हा मनात यायचे की, आपल्याला जर यशस्वी व्हायचे आहे, तर या ठिकाणी येणारी माणसे त्यांच्या आयुष्यात यशस्वी झाली आहेत का? कुसंगतीत राहणारी व्यक्ती श्रीमंत झाली आहे का? जर मला यशस्वी व्हायचे असेल, श्रीमंत बनायचे आहे, तर या सर्व चुकीच्या सवयी व संगती मला टाळाव्या लागतील. कारण यशस्वी व श्रीमंत व्यक्ती चुकीच्या सवयी स्वत:ला लावून घेत नाही. ते चांगल्या सवयी स्वत:ला लावून घेतात. मीपण चांगल्या सवयी व चांगल्या संगतीत राहिलो पाहिजे; असे माझे मन मला सारखे बजावत होते.

शेतात खूप छान काम करायचो आणि संध्याकाळ झाली की बारमध्ये जायचो नि घरी आलो, की जेवण करून न भांडता झोपून घ्यायचो. माझे असे वागणे खूप दिवसांपासून चालू होते. या वाईट मार्गापासून लांब रहा म्हणून घरचे मला समजावून कंटाळले. माझे मित्रपण मला सांगत होते, की तू ज्या चुकीच्या मार्गाला लागला आहे तो बदल. माझ्या सख्ख्या मामांनीसुद्धा सांगितले, की तू हा चुकीचा मार्ग सोडला तरच तुला जीवनात काही कमी पडणार नाही. जर तू ऐकले नाही, तर तुझा हात तुझ्याच गळ्यात पडेल. सर्वांनी समजावून सांगितले. पण मी कोणाचेच ऐकत नव्हतो. मी त्या चुकीच्या मोहमायेत पुरता अडकलो होतो. त्या चुकीच्या सवयींची चांगलीच नशा मनामध्ये रुजली होती. खूप प्रयत्न करूनही त्या नशेमधून बाहेर निघताच येत नव्हते. दोनदा मोटरसायकलवरून अपघात झाला; एकदा कारने अपघात झाला तरीही मी तो मार्ग सोडत नव्हतो. मी घरच्यांना सांगायचो, की मला हा मार्ग सोडायचा आहे. पण कसा सोडायचा हेच समजत नाही. त्यावर घरच्यांनी खूप छान समजावून सांगितले, की तू मनावर कंट्रोल ठेव. मनाला त्या जागी जाऊ देऊ नको. चुकीच्या मार्गाची आठवण आली, की आपल्या कुटुंबीयांची, मुलाबाळांची आठवण काढायची. त्यांना डोळ्यांसमोर आणायचे. म्हणजे तू तिकडे जायचे टाळशील. तो मार्गच तुला दिसणार नाही. पण त्याचा काहीही उपयोग माझ्यावर झाला नाही. सगळ्यांनी आपापल्या पद्धतीने प्रयत्न केले, पण मी काही सुधारायला तयार नव्हतो.

घरचे, नातेवाईक व मित्र सांगत होते, की हा चुकीचा मार्ग फक्त तुझ्याच मनाच्या नियंत्रणातून बंद होऊ शकतो. पण कोणी हे नाही सांगितले, की मनावर नियंत्रण किंवा ताबा कसा ठेवायचा? त्यासाठी साधना, ध्यान व प्राणायाम करावा लागतो, हे कोणीच नाही सांगितले.

एक दिवस मी व माझा मित्र अशोक वाघ जानोरीहून निफाडला शेतिविषयक चर्चासत्रासाठी गेलो. तेव्हा मी त्यांना विचारले, की अशोकभाऊ तुम्हालासुद्धा चुकीच्या सवयी होत्या. त्या तुम्ही कशा बंद केल्या?

ते मला म्हटले, अरे सुरेश या जगातली कुठलीही चुकीची सवय जर आपल्याला लागली असेल तर ती फक्त आपल्या मनाने नियंत्रणात आणता येते.

मी म्हणाले, तुम्ही सांगतात ते मला सगळेच सांगत आहेत. पण मनाला कसे नियंत्रित ठेवायचे ते सांगा.

याला योग्य उत्तर कसे द्यावे, याचा ते विचार करू लागले आणि मग थोड्या वेळाने ते म्हटले, की तू मोबाईलमधील इंटरनेटवर आणि युट्यूब यावर जा. मनावर नियंत्रण करता येते, याचे खूप चांगले व्हिडीओ उपलब्ध आहेत. ते बघ आणि आचरणात आण.

आम्ही चर्चासत्राला पोहचलो. पण तेथे आम्ही जे पीक लावले होते त्याविषयी काहीच माहिती मिळाली नाही. त्यामुळे मी थोडा नाराज झालो. तेथून परत येताना मी युट्यूबवर शोध घेत असताना मनाविषयी खूप छान सांगितले होते. मनावर नियंत्रण मिळविण्यासाठीचे चांगले व्हिडीओ उपलब्ध होते. त्यात मनाविषयी खूप काही समजावून सांगितले होते.

एके दिवशी माझा लहान भाऊ गौतमने श्रीकृष्णाचा एक उत्तम व्हिडीओ पाठविला. तो मी शांत मनाने बघितला व ऐकला. तो व्हिडीओ मला खूप आवडला. त्यात भगवान श्रीकृष्णाने एक सुंदर विचार सांगितला होता, की मनाला फक्त ध्यान, साधना व योगाने नियंत्रित करू शकतो. मलाही ते चांगलेच समजले. मग मी रोज ध्यान करायला लागलो. त्याने माझ्यात थोडा-थोडा बदल पडायला लागला. चुकीच्या सवयींचे प्रमाण कमी होऊ लागले.

एके दिवशी मी पत्नीसोबत आमच्याजवळ असणाऱ्या मोहाडी गावात कीर्तनाला गेलो. तेथे कीर्तनकार एक बाई होत्या. त्यांनी एक छान उदाहरण देऊन सांगितले, ते मला व माझ्या पत्नीला मनापासून भावले.

त्या म्हणाल्या, आपण आपले घर आतून व बाहेरून स्वच्छ ठेवतो. ते स्वच्छ ठेवल्यावर जर कोणी आपल्या घरामध्ये कचरा आणून टाकला, तर आपण काय करू?

काहींनी सांगितले, त्यांच्यासोबत भांडण करू, तर काहींनी सांगितले त्यांना समजावून सांगू, की दुसऱ्याच्या स्वच्छ घरात कचरा टाकणे हे चुकीचे आहे.

शेजारच्या व्यक्तीने जर कचरा आपल्या घरात टाकला, तर आपण १००% भांडूच. असेच आपण आपल्या घरात नकारात्मक विचारांचा कचरा घेऊन येतो. त्या नकारात्मक विचारांमुळे आपल्या हातून नकळत पाप किंवा चुका घडतात आणि आपण वाईट मार्गाला लागतो. त्यासाठी आपण चांगल्या लोकांमध्ये गेले पाहिजे. चांगला आहार

आपण आपल्या घरात नकळतपणे नकारात्मक विचारांचा कचरा आणत असतो. नकारात्मक विचार उंबरठ्याबाहेर ठेवून सकारात्मक विचार करा आणि प्रगतीचं शिखर गाठा!

घेतला पाहिजे, चांगले विचार केले पाहिजे, सकारात्मकता वाढविली पाहिजे म्हणजे माणूस चुकीच्या मार्गाला जात नाही.

त्या कीर्तनकार बाईंचे कीर्तन ऐकल्यानंतर मी सकारात्मक विचार करायला लागलो. मला चांगल्या सवयी कशा आत्मसात करायच्या, हे १००% समजले. घरी आल्यावर मी पत्नीला बोललो, मला आता माझ्या चुका समजत होत्या, पण त्यातून बाहेर कसे निघायचे हे कळत नव्हते. कीर्तन ऐकल्यानंतर मला समजले, की वाईट मार्गातून कसे बाहेर निघायचे.

मी कोठे चुकत होतो, तर जेव्हा माझ्या कुटुंबावर संकटे येत होती. त्या संकटांवर मात न करता मी चिडायचो आणि स्वत:ला त्रास करून घ्यायचो. त्यातून शांतता मिळावी म्हणून हॉटेलला जायचो. तेथे जाऊन चुकीच्या सवयी अंगी बाळगत गेलो आणि माझ्या मनावरचा ताबा हरवून बसलो.

यातून मला एक शिकायला मिळाले ते असे, की जर आपण एखाद्या गोष्टीचा विरोध केल्यास तेवढ्याच प्रखरतेने ती आपल्या जीवनात येत असते. म्हणून चुकीच्या सवयी बंद करायच्या असतील तर त्या प्रेमाने व आनंदाने बंद होतात. आपण जेवढ्या आनंदाने चुकीच्या सवयी स्वीकारतो तेवढ्याच प्रेमाने सोडल्या तर जीवनात चांगले बदल घडवू शकतो. म्हणून आपणास नको असलेल्या सवयी प्रेमाने व आनंदाने बंद

केल्या. स्वत:वर प्रेम करायला लागलो, आनंदात राहू लागलो.

आपल्या मनावर ताबा (नियंत्रण) मिळवायचा असेल तर ध्यान, साधना व योगा करा. हेच श्रीकृष्ण भगवान यांनी भगवद्गीतेत सांगितले आहे. मी स्वत: तसे करून मनावर ताबा (नियंत्रण) मिळवला आहे.

माझी पत्नीसुद्धा मला म्हणाली, की तुम्ही रोज पहाटे ५ वाजता उठून ध्यान करायला लागल्यानेच तुम्हाला तुमच्या मनावर नियंत्रण ठेवता आले.

मी म्हणालो, त्यामुळेच मी माझ्या मनावर ताबा मिळवू शकलो. मी आता किरण सरांनी सांगितल्याप्रमाणे माझी सर्व स्वप्नं पुन्हा लिहून काढतो. त्या स्वप्नांच्या पूर्ततेची तारीख टाकून झोपण्याच्या ठिकाणी चिकटवून देतो. सरांनी सांगितलेली सकारात्मक पुस्तके पुन्हा वाचायला सुरुवात करतो. चांगल्या सवयींचा रोज सराव करतो.

अशाप्रकारे मी माझ्या चुकीच्या सवयी सकारात्मक विचारांतून आणि ध्यानधारणा करून बंद केल्या. माझ्या वाईट सवयी बंद झाल्याने मी व माझ्या कुटुंबातील सर्वच जण खूप आनंदात होते. त्यासाठी मी श्रीकृष्ण भगवान व सृष्टीचे खूप खूप आभार मानतो!

धन्यवाद!

या पूर्ण विषयामधून हे संक्षेप किंवा शिकवण

* पहिली शिकवण : स्वत:वर किंवा आपल्या कुटुंबावर जर संकट आले, तर त्या संकटाला न घाबरता योग्य मार्गाचा अवलंब करून त्या संकटातून बाहेर आले पाहिजे.
* दुसरी शिकवण : आपण जेव्हा घराच्या बाहेर जातो तेव्हा बाहेरील कचरा म्हणजे नकारात्मक विषय आपल्या घरी आणू नये. जेणेकरून आपण सकारात्मक विचार करून स्वत:ला व आपल्या कुटुंबाला आनंदी ठेवू शकू.
* तिसरी शिकवण : श्रीकृष्ण भगवानांनी भगवद्गीतेत सांगितल्यानुसार साधना, ध्यान व योगाद्वारे आपण आपल्या मनावर ताबा ठेवू शकतो.
* चौथी शिकवण : आपल्याला जीवनात नको असलेल्या वस्तूंवर किंवा त्या विचारांवर रागवू नये, चिडू नये. तसे केल्याने तेवढ्याच प्रखरतेने त्या आपल्याकडे आकर्षिल्या जातात आणि आपल्यात जे नको ते घडत जाते. आपण आनंदी व प्रसन्न राहून चांगले विचार आपल्या मनात आणले तर चांगलेच घडत जाते.
* पाचवी शिकवण : स्वत:वर, आपल्या कुटुंबावर, मित्र, नातेवाईक तसेच या जगातील सर्वच प्राणिमात्रांवर आणि आपल्या स्वप्नांवरती खूप प्रेम करा.

धन्यवाद!

१ | स्वतःला बदलून स्वतःचे स्वप्नं आनंदाने पूर्ण करा

२०१९ सालाची सुरूवात माझ्यासाठी व माझ्या कुटुंबीयांसाठी अतिशय छान झाली कारण माझ्या वाईट सवयी बंद होऊन मी पहाटे ५ वाजता उठून ध्यान, व्यायाम व सकारात्मक पुस्तकांचे वाचन हा नित्यक्रम नव्याने सुरू केला होता. आम्ही आमच्या स्वप्नंपूर्तीच्या तारखा टाकल्या होत्या. रोज काहीतरी चांगलाच अनुभव येत असल्याने घरचे सर्वच आनंदात होते. मी घरातील माझी सर्व कामे आवरून शेतात आलो, शेतातील सर्व कामे पूर्ण केली आणि शेतीला लागणारी औषधे घेण्यासाठी गावात आलो. औषधे घेतली आणि मित्रासोबत शेतीविषयी चर्चा करीत बसलो असताना दुसरा मित्र भारत भेटला.

भारत म्हटला, सुरेश तुझे खूप खूप अभिनंदन!

मी म्हटले का रे बाबा, कशाबद्दल?

तो म्हणाला, की आम्ही तुला नेहमी जीव तोडून जेव्हा सांगत होतो तेव्हा तू आमचे ऐकले नाही.

मी म्हटले, नेमके काय बोलायचे आहे तुला. व्यवस्थित सांग.

भारत बोलला अरे, तू तुझ्या सर्व वाईट सवयी बंद केल्या ना, म्हणून तुझे अभिनंदन केले.

मी बोललो, अच्छा असे काय? अरे त्या सवयी बंद होणारच होत्या, पण योग्य मार्ग सापडत नव्हता. आता तो मार्ग मला सापडला आणि सर्व वाईट सवयी बंद झाल्यात. ये बस! आपण चहा घेऊ. चहा घेताना भारत अजून एक छान वाक्य मला बोलला. सुरेश स्वत:ला बदलणे हे खूप अवघड काम आहे आणि ते तू केले आहेस. अजून तुझ्यात १००% बदल झाला असे न समजता तुला स्वत:ला बदलावे लागेल.

मी म्हणालो, त्यासाठी माझे खूप प्रयत्न चालू आहेत.

अरे वा! खूपच छान. तुला माझी काही मदत लागल्यास सांग. परदेशातील एका माणसाने आपले राष्ट्रपिता महात्मा गांधी यांच्यावर खूप चांगले पुस्तक लिहिलेले आहे ते तू वाचशील का?

मी म्हटले, हो नक्कीच वाचेल! दे मला ते पुस्तक.

मग आम्ही भारतच्या घरी आलो. त्याने मला ते पुस्तक दिले. पुस्तक दिल्याबद्दल

भारतचे आभार मानून मी माझ्या घरी आलो. जेवण झाल्यावर पुस्तक वाचायला घेतले. पुस्तकातील भाषा खूप छान आणि पटकन समजणारी असल्याने वाचताना कंटाळा येत नव्हता. त्या पुस्तकामध्ये गांधीजींचे एक छान उदाहरण दिले आहे. ते मला खूप आवडले आणि ते मी माझ्या कुटुंबीयांना गोष्टीच्या रूपात सांगितले ते असे –

महात्मा गांधीजींच्या काळात सर्व लोक त्यांचे ऐकत होते. एक गरीब बाई आपल्या लहान मुलासोबत राहत होती. तिचा मुलगा दिसायला खूप सुंदर, नटखट होता. त्याला रोज साखर खाण्याची वाईट सवय लागली होती. त्याच्या आईने त्याला खूप वेळा समजावून सांगितले; बाळा साखर खाऊ नये. साखरीने पोट दुखते, पोटात जंतू होतात. त्याला सांगून, समजावून त्याची आई खूप वैतागली होती. आता या मुलाला कसे समजावून सांगायचे; या विवंचनेत असताना एक दिवस तिच्याकडे तिची मैत्रीण आली.

मैत्रिणीने विचारले, अगं कशी आहेस तू?

ती म्हणाली, मजेत आहे.

आणि तुझा मुलगा?

ती म्हटली, अगं त्याला एक वाईट सवय लागली आहे.

मैत्रिणीने विचारले, कुठली सवय?

त्यावर ती म्हटली, की तो खूप साखर खातो. त्याला समजावून मी कंटाळले. तो ऐकतच नाही. काय करावे? काही समजत नाही.

मैत्रीण म्हणाली, की तो एका माणसाचे ऐकेल. त्यांच्याकडे त्याला घेऊन जा.

मुलाची आई म्हटली, कोणाकडे घेऊन जाऊ?

त्यावर मैत्रीण म्हणाली, की महात्मा गांधींकडे ने तुझ्या मुलाला. त्यांनी सांगितले तर भारतातील सर्वच लोक ऐकतात. म्हणून मला असे वाटते तुझा मुलगासुद्धा त्यांचे ऐकेल.

ती म्हटली, ठीक आहे, योग्य दिवस पाहून गांधीजींकडे त्याला घेऊन जाते.

एक दिवस गुरुवार पाहून ती ५० किलोमीटर रस्ता पार करून गांधीजींकडे मुलाला घेऊन पोहचते. थोडावेळ थांबल्यानंतर गांधीजी येतात व त्या बाईला विचारतात,

काय काम आहे बाई तुझे?

मुलाची आई म्हटली, बापूजी नमस्कार! मला तुमची मदत हवी होती.

बापूजी म्हटले, काय मदत करू मी तुम्हाला.

बाई म्हटली, हा माझा मुलगा चेतन. हा रोज साखर खातो. साखर खाऊ नकोस म्हणून याला सांगून सांगून कंटाळले आहे. पण हा काही ऐकत नाही. भारतातील सर्व लोक तुमचे ऐकतात, म्हणून मला असे वाटले, की तुम्ही याला समजावून सांगा.

त्यावर गांधीजी म्हटले, तू याला घेऊन घरी जा आणि बरोबर एक महिन्याने ये, मग मी तुझ्या मुलाला सांगेन.

ती बाई मुलाला घेऊन घरी आली आणि विचार करीत बसली, की गांधीजींनी मला एक महिन्याने का बरे बोलाविले?

बरोबर एक महिन्याने ती मुलाला घेऊन महात्मा गांधीजींकडे जाते आणि गांधीजींना सांगते, बापूजी तुम्ही आम्हाला एक महिन्यानंतर बोलवले होते म्हणून आलोत.

गांधीजी विचारतात, मी तुम्हाला एक महिन्याने कशासाठी बोलाविले होते?

मुलाची आई म्हटली, की माझा मुलगा खूप साखर खातो. त्याने साखर खाऊ नये हे सांगण्यासाठी तुमच्याकडे त्याला घेऊन आले होते. तेव्हा तुम्ही एक महिन्याने येण्यास सांगितले होते, आठवते का तुम्हाला?

मग बापूजी म्हटले, हो आठवले. ये बाळा इकडे!

तो मुलगा महात्मा गांधीजींकडे जातो आणि ते त्या मुलाला सांगतात, बाळा साखर खाऊ नये. साखर जर खाल्ली तर पोटात जंतू होतात, पोट दुखते, खूप त्रास होतो. तू आजपासून साखर खाऊ नकोस. ठीक आहे, कळले का तुला?

मुलगा म्हटला. हो कळाले बापूजी!

गांधीजी बोलले, बाई मी याला नीट समजावून सांगितले आहे. या आता तुम्ही.

ती विचार करू लागली आणि गांधीजींना म्हणाली, की बापूजी तुम्ही हे एक महिनाअगोदर सुद्धा सांगू शकत होते. मग एक महिन्याने का बोलावले?

त्यावर गांधीजी त्या बाईला म्हटले, बाई एक महिन्याअगोदर मीच रोज साखर खात होतो. त्यामुळे साखर खाऊ नको; असे तुझ्या मुलाला सांगण्याचा अधिकार मला नव्हता. तुम्ही येऊन गेल्यानंतर मी माझी स्वतःची साखर खाणे बंद केले. मग तुझ्या मुलाला सांगितले.

गांधीजींच्या या गंमतिशीर उत्तराने आम्हा सर्व कुटुंबीयांना खूप हसायला आले.

मी माझ्या पत्नीला व भावाला विचारले, या गोष्टीमधून तुम्हाला काय समजले?

भाऊ बोलला, महात्मा गांधीजींनी पहिले स्वतः साखर खाणे बंद केले. मग दुसऱ्याला साखर खाऊ नकोस म्हणून सांगितले.

मी म्हटलो, बरोबर आहे. पण आपण आपल्या जीवनामध्ये जगाला बदलावयला जातो आणि आपण स्वतः मात्र बदलत नाही. या गोष्टीतून हेच शिकायला मिळते, की पहिले स्वतः बदला मग जगाला बदला. जगाचे काही असो, पण मला स्वतःत खूप चांगले बदल करायचे आहे आणि आपले सर्वांचे स्वप्नं पूर्ण करायचे आहे. चला तर मग, लागा आपापल्या कामाला.

मला पुस्तक खूप आवडले. भारतला फोन केला आणि म्हटलो जय श्रीकृष्ण!

तो हसून म्हणाला, नमस्कार सुरेश! बोल का फोन केलास?

मी म्हणालो, अरे पुस्तक खूपच छान आहे. मला आवडले आणि चांगले शिकायला मिळाले. पुस्तक दिल्याबद्दल तुझे पुन्हा एकदा आभार, धन्यवाद!

तो म्हटला, अरे त्यात कसले आभार मानायचे. माझ्याकडे ते पुस्तक होते आणि आपला सहज विषय झाला म्हणून मी तुला पुस्तक दिले.

मी म्हणालो, तुझ्या जीवनात बदल घडले; असे तुझे स्वतःचे काही सकारात्मक अनुभव आहेत का?

भारत म्हटला, खूप काही आहेत. फोनवर सांगता येणार नाही. तेव्हा वेळ काढून तू माझ्या घरी ये. आपण त्यावर बोलू.

मी म्हटलो, आलोच दहा मिनिटात. त्याचे स्वानुभव ऐकून घेण्याची मला खूप उत्सुकता होती म्हणून मी लगेचच त्याच्याकडे पोहोचलो.

भारतची स्वतःची शेती आहे. तो बिल्डरची आणि जमीन खरेदी-विक्रीचे कामेसुद्धा करतो. त्याने त्याच्या जीवनात चांगलीच प्रगती केली आहे. माझ्यासारखेच त्याचे वडीलसुद्धा त्याच्या लहानपणी स्वर्गवासी झाले होते. त्याने सर्व कुटुंबाची जबाबदारी स्वतः घेऊन प्रगती केली आहे आणि तो कुटुंबीयांसोबत खूप आनंदात राहतो.

भारतची गुलाबाची शेती आहे. मी त्याच्या घरी गेलो तेव्हा तो शेतात काम करीत होता. मला बघितले आणि घराकडे आला. आम्ही शेतीविषयी चर्चा केली.

मग मी त्याला म्हणालो, तुझ्या जीवनातील एखादा प्रसंग सांग; ज्याचा तुला चांगला उपयोग करून स्वतःत बदल आणि जीवनामध्ये प्रगती करता आली.

भारत म्हणाला, अरे आपण असा विचार करतो, की माझ्यासाठी काही जादू झाली पाहिजे. काही न करता चमत्कार झाला पाहिजे. अचानक खूप पैसा आला पाहिजे. आपल्या हातून सहज गोष्टी झाल्या पाहिजेत. असा विचार करून मी माझी स्वप्नं रंगवत होतो.

एक दिवस काय झाले, वर्तमानपत्र वाचत असताना त्यामध्ये एक सकारात्मक गोष्ट वाचण्यात आली. ती गोष्ट मला खूप आवडली आणि तुला सांगायची इच्छा झाली म्हणून तुला बोलावले.

मी म्हणालो, सांग मला ती गोष्ट!

भारत म्हटला, नीट ऐक आणि समजून घे. एक छान व सुंदर गाव होते. त्या गावामध्ये सर्व लोक खूप आनंदात राहत होते. त्या परिसरात प्रसिद्ध असलेले जागृत शंकराचे मंदिर त्या गावात होते. शिवशंकराचे अट्टल भक्त असलेले एक साधू महाराज त्या मंदिरात राहत होते. गावातील सर्व लोक त्यांचा आदर करायचे.

एक दिवस काय झाले, जोरदार पाऊस सुरू झाला आणि तो सलग १० दिवस

पहिली संधी - साधू महाराजांना गावकऱ्यांच्या रूपाने मिळाली होती,
पण ती त्यांना ओळखता आली नाही

दुसरी संधी - साधू महाराजांना होडी घेऊन आलेल्या गावकऱ्यांच्या रूपाने
मिळाली होती. तीसुद्धा त्यांना ओळखता आली नाही.

तिसरी संधी – हेलिकॅप्टर घेऊन आलेल्या माणसांच्या रूपात साधू महाराजांना लाभली होती, तरीही ते ओळखू शकले नाही आणि ते आपल्या प्राणाला मुकले.

थोडक्यात, अशाच संधी आपल्याला आपल्या आयुष्यात लाभत असतात परंतु त्या आपण ओळखू न शकल्याने प्रगतीपासून वंचित राहतो.

चालू होता. त्यामुळे गावातील नदीला पूर आला. गावालगत एक मोठे धरण होते ते पावसामुळे फुटल्याने नदीला महापूर येऊन गावामध्ये पाणी घुसले आणि ते गाव हळूहळू बुडायला लागले. सारे गावकरी सैरावैरा गावाबाहेर पळत सुटले. काही गावकरी शिवमंदिरात येऊन साधू महाराजांना म्हटले, की महाराज आपणसुद्धा मंदिर सोडून गावाबाहेर चला. संपूर्ण गाव बुडत आहे. साधू महाराज म्हटले, की तुम्ही सर्व गावकरी जाऊ शकतात. मला यायची गरज नाही. कारण मी शिवाचा भक्त आहे. त्यांची आराधना करतो. ते स्वत: मला वाचविण्यासाठी येतील. गावकऱ्यांनी त्यांना बरीच विनवणी केली पण त्यांनी काही ऐकले नाही. गावकऱ्यांनी विचार केला, साधू महाराज येणार नाहीत आणि ते सर्व तेथून निघून गेले.

थोड्याच वेळात पुराचे पाणी मंदिराच्या खांबापर्यंत आले, शंकराची मूर्तीसुद्धा बुडाली. मग साधू महाराज मंदिराच्या खांबावर बसून देवाची आराधना करू लागले. थोड्याच वेळात होडीमध्ये काही लोक साधू महाराजांना वाचविण्यासाठी आले आणि होडीमध्ये बसण्याची विनंती केली. पण महाराजांनी त्यांचेही ऐकले नाही आणि त्यांना माघारी पाठविले.

थोड्याच वेळात पुराचे पाणी मंदिराच्या कळसापर्यंत आले आणि साधू महाराज

कळसावर बसून देवाची आराधना करू लागले. थोड्या वेळात एक हेलिकॉप्टर साधू महाराजांना वाचविण्यासाठी तेथे आले. त्यातील लोक महाराजांना म्हणू लागले, आम्ही तुम्हाला वाचविण्यासाठी आलो. तेव्हा तुम्ही आमच्याबरोबर हेलिकॅप्टरमध्ये बसा. साधू महाराज परत तेच म्हणाले, मी शिवशंकराचा अट्टल भक्त आहे. ते स्वत: येऊन मला वाचवतील. ते लोक म्हणू लागले, महाराज संपूर्ण गाव बुडाले आहे. तुम्ही आमच्यासोबत चला. तरीसुद्धा साधू महाराजांनी ऐकले नाही. मग हेलिकॅप्टर निघून गेले. थोड्या वेळाने मंदिर पाण्यात बुडाले आणि साधू महाराज पुरात बुडून मरण पावले.

साधू महाराज मरण पावल्यानंतर सरळ स्वर्गात गेले. तेथे शिवशंकर भगवान यांची सभा भरलेली होती. सभा चालू असताना शिवशंकर भगवान त्या साधूकडे सारखे बघत होते; त्यांच्या लक्षात आले होते, की साधू महाराजांना काहीतरी राग आलेला दिसतो. शिवशंकर भगवान त्यांच्याकडे गेले आणि त्यांना म्हटले, काय महाराज आपण खूप चिंतेत व रागात दिसतात?

साधू महाराज बोलले, हे भगवान! मी तुमच्यावर खूप नाराज झालो आहे. तेव्हा भगवान म्हटले, कृपया आपल्या नाराजीचं कारण सांगावं.

साधू महाराज म्हटले, भगवान मी अगदी लहानपणापासून संपूर्ण आयुष्यभर आपली मनोभावे सेवा करत असतानासुद्धा जेव्हा माझ्यावर संकट आले तेव्हा तुम्ही मला वाचविण्यासाठी आले नाही. याचा मला खूप राग आला आहे.

शिवशंकर भगवान म्हणाले, अरे मूर्खा! मी तुला वाचविण्यासाठी आलो होतो पण तू मला ओळखलेच नाही.

साधू महाराज म्हटले, तुम्ही आले होतात मग मला दिसले कसे नाहीत?

भगवान म्हटले, एकदा नाही तर तीन वेळा तुला वाचवायला आलो होतो पण तुझ्या लक्षातच आले नाही. पहिल्यांदा मी गावकऱ्यांच्या रूपात आलो. दुसऱ्यांदा होडी घेऊन आलेल्या गावकऱ्यांच्या रूपात आणि तिसऱ्यांदा हेलिकॅप्टरमधून आलेल्या गावकऱ्यांच्या रूपात. पण तू मला ओळखलेच नाही. मी तुला वाचविण्याच्या संधी देत होतो पण तू त्या नाकारत होतास. म्हणून तुझ्यावर पाण्यात बुडून मरण्याची वेळ आली. तू चुकलास. त्या संधी तुला ओळखता आल्या नाहीत.

भारत म्हटला, सुरेश कशी वाटली साधू महाराजांची गोष्ट!

मी म्हणालो, खूपच छान! देव आपल्याला खूप चांगल्या संधी देत असतो पण आपल्याला त्या संधी ओळखता आल्या पाहिजे. काहीतरी शिकता आले पाहिजे.

भारत म्हटला, देव आपल्याला जी संकटे देतो; त्या संकटामध्येसुद्धा खूप चांगल्या संधी असतात. त्या ओळखून त्या संकटांवर मात करून प्रगती करण्याऐवजी दु:खी राहून देवाला व नशिबाला दोष देत बसतो. आलेली संकटे ही ठराविक काळासाठी असतात.

बदला;
ापोआप बदलेल

१९ चा दिवस माझ्या आयुष्यातला अविस्मरणीय दिवस आहे. याचे कारण या दिवशी स्वत:ची छोटी-मोठी स्वप्नं उराशी बाळगलेले मुलांची टीम भेटली. टीम यासाठी की ही सर्व मुलं एकत्रित काम डे काहीना काही छान कला होती. दोन वेळेला पोट भरेल एवढीच त्यांची स्वप्नं पूर्ण करण्याच्या जिद्दीने ते अतिशय कष्ट घेत होते फायदा इतर लोक करून घेत होते, काही तर त्यांच्या कामाचे पैसे त्यांचा वेळ विनाकारण खर्ची होऊन तेवढी मिळकत होत नव्हती. कशी पूर्ण होतील, हे मला माहीत होते आणि ती पूर्ण करण्यासाठी े मी स्वत:शी ठरवले. त्यांच्याकडे असलेल्या कलेतून पुढे कसे माहीत नसले तरी त्यांच्या म्हणा किंवा माझ्या नशिबाने आमची कारण त्यावेळेला सकारात्मक टेलिफिल्म आणि मोबाईल ॲप धडपड सुरू होती आणि त्या मुलांचा ॲनिमेशनमध्ये हातखंडा

कांना योग्य सकारात्मक प्रेरणा देणारी वैचारिक टेलिफिल्म आणि ती करून तो घराघरात प्रत्येक माणसापर्यंत पोहोचवायचा. त्याद्वारे त्यांची प्रगती होणार आणि आपल्यालाही फायदा होणार. त्यासाठी कामाशी प्रामाणिक राहावे लागेल. हे काम आपण एकजुटीने, र त्याचे चांगलेच फळ आपल्याला मिळेल आणि आपण आपली शकू. माझी ही कल्पना त्यांनाही अतिशय आवडली. त्यांच्याशी परत घराकडे निघालो.

तर काही मित्र चौकात बसलेले होते. त्यांनी मला बोलावले आणि सुरेश तुझ्या राहणीमानात, चालण्या-बोलण्यात चांगलाच फरक ी तू चांगली प्रगती केली आहे. हे तुला कसे शक्य झाले. याचे ग.

ुपित वगैरे काही नाही, पण त्याला रहस्य नक्कीच म्हणता येईल आत्मसात करता येईल.

त्यातून मिळालेल्या अनुभवाचे गाठोडे उराशी बाळगले आणि आपल्या नशिबात पुन्हा येणाऱ्या संकटांना सामोरे जाण्याची सकारात्मक ऊर्जा आपल्याला मिळत असते.

देव असे कोणालाही संकट देत नाही तर संधी देत असतो. ही संकटं त्यांनाच देतो ज्यांच्यात त्याला सामोरे जाण्याची सहनशीलता आहे. संकटांमुळे व्यक्ती अधिक कणखर बनून जीवनात प्रगती करत असतो.

सुरेश, कशी वाटली तुला गोष्ट?

मी म्हणालो, खूपच छान! मला तुझ्याकडून खूप चांगले उदाहरण शिकायला मिळाले. तू जी सकारात्मक गोष्ट सांगितली. त्यातली शिकवण माझ्या चांगलीच लक्षात आली आणि ती मी माझ्या जीवनात अमलात आणेल. संधीचे सोने करून यशस्वी होईल. आलेल्या संकटांना आनंदाने, प्रेमाने सामोरे जात त्यावर मात करेल. भारत तुझा खूप आभारी आहे, आपण पुन्हा भेटू, शुभ दिवस, धन्यवाद!

भारतला भेटून घरी आलो. रात्रीच्या जेवणानंतर आम्ही सर्व शेडमध्ये गप्पा करीत बसलो होतो. तेव्हा भारतने सांगितलेल्या गोष्टी घरातील व्यक्तींना सांगितल्या. त्यांनाही त्या खूप आवडल्या.

मी सर्वांना एक महत्त्वाची गोष्ट सांगितली, आपणा सर्वांना जीवनात यशस्वी होण्यासाठी योग्य संधी देव देत असतो. ती संधी आपण सर्वांनी ओळखली पाहिजे, तिचे सोने केले पाहिजे. आलेल्या संकटाचे दु:ख बाळगून बसल्यास त्यात आपण अधिक गुरफटत जातो. देवाने व सृष्टीने आपल्याला दिलेल्या संकटांतून योग्य मार्ग काढून त्याला सामोरे जाऊन आपली स्वप्ने पूर्ण करता येतात. ही बाब घरातील प्रत्येकाच्या चांगलीच लक्षात आल्याने जीवन जगताना तिचा सकारात्मक वापर करण्याचा पक्का निर्णय आम्ही सर्वांनी घेतला.

काही दिवसांतच आम्हाला आमची स्वप्नं पूर्ण होत असल्याची जाणीव होऊ लागली. आम्ही बघितलेल्या स्वप्नांपैकी एक - आम्हाला शाश्वत शेती करायची होती. ती आम्ही करू लागलो. चांगले उत्पन्न मिळवू लागलो. दुसरे स्वप्नं - कर्जमुक्त होण्याचे तेसुद्धा पूर्ण झाले होते. आता आमच्यावर कोणत्याही बँकेचे कर्ज नव्हते. तिसरे स्वप्नं- घरातील स्त्रियांना चार लाखांचे सोने घेतले आणि मुलांचे शिक्षणसुद्धा अपेक्षेप्रमाणे करू शकत होतो. १५ लाखांची कार घेण्याचे स्वप्नं पूर्ण होऊन आता आम्ही ५० लाखांचा बंगला बांधत आहोत. पाच एकर शेतजमीनसुद्धा घेतली आणि लाखो रुपयांचा दानधर्मसुद्धा करीत आहोत.

अजून खूप मोठी स्वप्नं आहेत, ती स्वप्नं आम्ही २०१९ ते २०२४ या कालखंडात १००% पूर्ण करणार! याचा आत्मविश्वास आम्हाला आहे. ती कशी पूर्ण होतील त्याचे एक उदाहरण सांगतो. हे उदाहरण जगातील प्रत्येक व्यक्तीला लागू पडेल. आपण २०

वर्षांचे असतो त्यावेळेस आपण स्वप्नं बघतो. आपले वय २५ वर्ष होण्याच्या आत ती पूर्ण करण्यासाठी त्याचा पाठलाग करतो आणि ती स्वप्नं पूर्ण होतात. तुम्ही तुमच्या वयाच्या २६ व्या वर्षी बघितलेली सर्व स्वप्नं ३१ व्या वर्षी पूर्ण होतात आणि होणारच. पण त्यासाठी मागे सांगितल्याप्रमाणे आपण मिळालेल्या संधीचे सोने केले, सकारात्मक विचार केला तर.

माझी अजून काही स्वप्नं आहेत; ती मी देवाच्या व सृष्टीच्या मदतीने पूर्ण करणार आहे, ती तुम्हांला सांगतो–

* माझी सकारात्मक विचारांचा लेखक (सेवक) बनण्याची इच्छा आहे.
* सकारात्मक प्रेरणा देऊन लोकांचे उत्पन्न वाढविणाऱ्या चित्रपटाची कथा लिहून तो चित्रपट प्रदर्शित करायचा आहे.
* मुलांना व त्यांच्या पालकांना आवडेल अशी सकारात्मक प्रेरणा देणारी स्टोरी लिहून कार्टूनफिल्म टी.व्ही व मोबाईलवर प्रसारित करणार आहोत.
* सकारात्मक मोबाईल गेम ॲप तयार करणार आहोत.
* आम्ही आपल्या भारत देशासाठी काहीतरी चांगले करणार आहोत. लाखो रुपयांचे दान अंध, अपंग, अनाथांना करणार आहोत.

  या जीवनामध्ये खूप कमी वेळामध्ये आम्ही चांगले शिकलो ते असे की, दुसऱ्याला न बदलता आपण स्वतःच बदलले पाहिजे. यासाठी आम्ही देवाचे (भगवंताचे) व सृष्टीचे आभारी आहोत.

धन्यवाद!

या पूर्ण विषयामधून हे संक्षेप

* पहिली शिकवण : महात्मा
  दुसऱ्यात
  याचा अ
* दुसरी शिकवण : जीवन ज
  पाहिजे.
* तिसरी शिकवण : आलेल्य
  असते.
* चौथी शिकवण : स्वप्नं
  झालेल्य

धन्यवाद!

१० | स्वतः
जग अ

१५ एप्रिल, २०
कारणही तसेच होते.
दहा तरुण, होतकरू
करत होती. प्रत्येकाक
त्यांची कमाई होती.
परंतु त्यांच्या कलेचा
देतही नव्हते. त्यामुळे

त्यांची स्वप्नं व
त्यांना मदत करण्या
जायचे हे त्यांना जरी
ओळख झाली होती.
बनविण्यासाठी माझी
होता.

भारतातील लो
मोबाईल ॲपची निर्मि
त्यांना प्रेरणा मिळून
आपल्याला आपल्या
निःस्वार्थीपणे केले त
सर्व स्वप्नं पूर्ण करू
चर्चा केल्यानंतर मी

गावात आलो,
विचारू लागले, अरे
पडला आहे. शेतीत
गुपित आम्हालाही स

मी म्हणालो;
आणि ते तुम्हालाही

ध्येया (ससा) च्या मागे धावणारा टॉमी

ध्येय म्हणजे ससा हा टॉमीने बघितलेला होता, इतर कुत्र्यांनी नाही.
त्यामुळे ध्येय साध्य होईपर्यंत टॉमीवर विश्वास न ठेवता थकून निघून जातात.
मात्र टॉमी आपल्या कामात सातत्य ठेवतो.

अखेर टॉमीच्या प्रयत्नांना यश मिळते आणि त्याला त्याचे ध्येय (ससा) साध्य होते. असेच आपण आपल्या ध्येयाचा (स्वप्नांचा) पाठलाग केला पाहिजे व आपले स्वप्नं, ध्येय पूर्ण केले पाहिजे.

मित्र म्हटले, काय आहे ते रहस्य आम्हालाही सांग.

मी म्हणालो, मला काही छान ससे दिसले. त्यामुळे माझ्यात बदल झालेत. जेव्हा तुम्हीपण तसे ससे पाहाल. तेव्हा तुमच्यात, तुमच्या कुटुंबीयांमध्ये आणि शेतीत प्रगती होईल.

काही मित्रांनी विचारले, अरे असे कोणते ससे आहेत; जे आम्ही बघितले नाही.

मी त्यांना म्हटले, की मी तुम्हाला एका गोष्टीच्या स्वरूपात सांगतो म्हणजे तुम्हाला व्यवस्थित समजेल आणि येत्या पाच वर्षांच्या आत तुम्हीही प्रगतीच्या मार्गावर राहाल.

ते म्हणाले, अरे पटकन सांग. आम्हीसुद्धा ती गोष्ट व्यवस्थित ऐकून, समजून घेतो. आमची उत्सुकता अजून वाढवू नको.

तर मग ऐका - एक सुंदर जंगल होते त्या जंगलात टॉमी नावाचा कुत्रा राहत होता. एकदा भुकेने खूप व्याकूळ होऊन तो शिकार शोधत जंगलात फिरत होता. तेव्हा त्याला एक मोठा ससा दिसला आणि तो त्याचा पाठलाग करू लागला. कुत्रा पाठलाग करत असल्याचे सशाला समजले आणि तो मातीच्या बिळात लपून बसला. कुत्र्याने सशाला बिळात लपताना पाहिले होते म्हणून त्याने बीळ उकरायला सुरूवात केली.

थोड्या वेळाने तेथून चार कुत्रे चालले होते. त्यांनी टॉमीला बघितले आणि काय करतोय? म्हणून विचारले. टॉमी म्हटला, या बिळामध्ये खूप मोठा ससा गेला आहे.

आपण सर्व मिळून हे बिळ उकरू आणि त्याला खाऊन टाकू. ते चारही कुत्रे बिळ उकरू लागले. काही वेळाने तेथून परत सहा कुत्रे चालले होते. त्यांनी बिळ उकरताना इतर कुत्र्यांना विचारले, अरे काय करताय तुम्ही? त्यावर टॉमी म्हटला बिळामध्ये खूप मोठा ससा लपला आहे. तुम्ही पण या आपण सर्व मिळून बिळ उकरून ससा खाऊन टाकू. त्या सहा कुत्र्यांनी पण ते बिळ उकरण्यास सुरूवात केली. काही वेळ उकरल्यावर अगोदर आलेले चार कुत्रे आपआपसात बोलू लागले या टॉमीच्या डोक्यात पाणी झाले आहे. इथे काही ससा लपलेला नाही, आपण फुकट दमलो, चला इथून निघून जाऊ आणि ते चारही कुत्रे निघून गेले. थोड्या वेळाने नंतर आलेले सहा कुत्रेही दमून निघून गेले. तो पर्यंत ते बीळ बऱ्यापैकी उकरून झालेले होते. टॉमीने मात्र त्याच्या प्रयत्नांची पराकाष्टा सुरू ठेवली. त्याला कष्टाचे फळ मिळाले आणि त्याला ससा सापडला. सशाची शिकार करून त्याने त्याची भुक भागवली आणि तो खूप खुष झाला.

मित्र म्हटले, अरे या गोष्टीतून तुला नेमके काय सांगायचे आहे? ते आम्हाला समजले नाही.

मी त्यांना समजावून सांगितले, पहिल्या कुत्र्याने सशाला बिळात जाताना बघितले होते म्हणून तो बीळ उकरत होता. पण मागून आलेल्या दहा कुत्र्यांनी सशाला बघितले नव्हते. जर त्या दहाही कुत्र्यांनी सशाला बघितले असते तर तेसुद्धा ससा हाती लागेपर्यंत थांबले असते. ते अर्धवट मोहीम सोडून निघून गेले नसते. ससा हे टॉमीचे स्वप्नं होते आणि ते मिळवण्यासाठी तो धडपडत होता. इतर कुत्रे निघून गेल्यावरही तो प्रयत्नांची पराकाष्टा करत होता म्हणून तो ससा त्याला मिळाला आणि त्याचे स्वप्नं पूर्ण झाले, त्याची भूक भागली.

मीसुद्धा खूप चांगली स्वप्नं काही वर्षांपासून बघत आहे व ती पूर्ण करण्यासाठी प्रयत्नांची पराकाष्टा आणि स्वत:मध्ये बदल करीत आहे. तुम्हीसुद्धा स्वप्नं बघा व त्यांच्यावर आपले लक्ष केंद्रित करून तुमचे व तुमच्या कुटुंबाची स्वप्नं पूर्ण करा. स्वप्नं हे ससा आहे व स्वप्नंपूर्तीसाठी धडपडणाऱ्या टॉमीसारखी मेहनत करा. जे स्वप्नं आपण बघितलेले असते ते इतरांनी बघितलेले नसते. त्यामुळे ते त्यावर विश्वास ठेवत नाहीत आणि म्हणून ते मागे राहतात.

मित्र म्हटले, अरे सुरेश छान सोदाहरण तू आम्हांला समजावून सांगितले आणि आम्हाला खूप आवडले. आम्हीसुद्धा चांगली स्वप्नं बघू व ती पूर्ण करू.

एक मित्र म्हटला; आपण स्वप्नं पाहूनच जगत असतो, पण जर का थोडीफार संकटे आपल्यासमोर उभी राहिली, की घाबरून त्या स्वप्नांची राखरांगोळी होऊन जाते आणि परत स्वप्नं बघतच नाही.

मी त्यांना म्हटले, तुम्ही तुमच्या जागेवर बरोबर आहात पण आमचे किरणसर मला

नेहमी सांगतात, की माणसाने स्वप्नांकडे बघत राहावे, संकटाकडे नाही. माणूस जर संकटांकडे बघत असेल तर त्याला स्वप्नं दिसत नाहीत आणि जर तो स्वप्नांकडे बघत असेल तर त्याला संकटे दिसत नाहीत.

सुरेश, तू काय सांगतो आहे. ते नीट समजावून सांग, ते म्हटले.

ठीक आहे, मी तुम्हाला उदाहरण आणि कृतीतून समजावून सांगतो, त्याकडे तुम्ही व्यवस्थित लक्ष द्या म्हणजे तुमच्या लक्षात येईल आणि जीवनात येणाऱ्या संकटांना तुम्ही कधीच घाबरणार नाहीत. त्याला धैर्याने सामोरे जाऊन तुमचे स्वप्नं पूर्ण कराल. मी सांगतो तशी कृती तुम्ही करा आणि तुमच्या कुटुंबीयांकडुनसुद्धा करून घ्या. जेणेकरून त्यांनासुद्धा संकटांशी कशा पद्धतीने धैर्याने सामोरे जायचे; त्याचे आकलन होईल.

तर सर्वजण आपल्या हाताची बोटे डोळ्यासमोर धरा आणि बोटांच्या फटीमधून कुठलीही लांबची वस्तू पहा. ती वस्तू तुम्हाला दिसते आहे का?

मित्र कंपनी म्हटली, हो, दिसत आहे.

मग मी परत म्हटले, आता बोटांकडे बघा. ती वस्तू तुम्हाला दिसत आहे का?

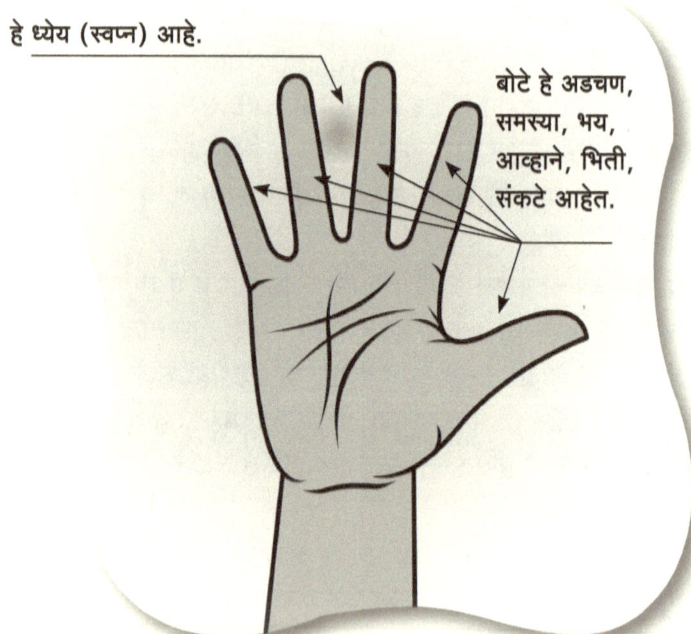

वरील चित्रात गोल हे ध्येय (स्वप्नं) आहे व हाताची बोटे समस्या (अडचणी) आहेत. जेव्हा आपण बोटांकडे बघतो तेव्हा ध्येय अस्पष्ट दिसते.

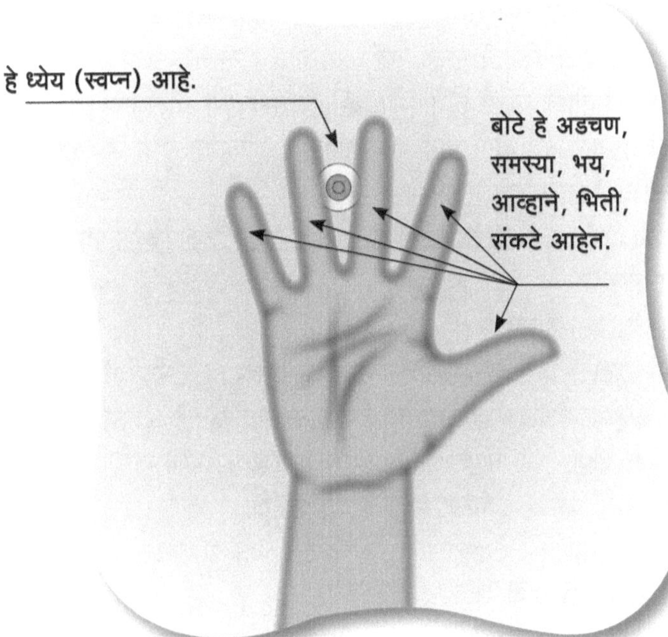

वरील चित्रात गोल हे ध्येय (स्वप्नं) आहे व हाताची बोटे समस्या (अडचणी) आहेत. जेव्हा आपण ध्येयाकडे लक्ष केंद्रित करतो तेव्हा बोटे अस्पष्ट दिसतात.

मित्र म्हटले, नाही दिसत. तर काही म्हटले, की थोडे फिकट हलके दिसत आहे.

मी त्यांना नीट समजावून सांगितले, की जेव्हा तुम्ही बोटांच्या फटीमधून त्या वस्तूकडे बघता तर ती वस्तू म्हणजे तुमचे ध्येय आणि स्वप्नं आहे म्हणून तुम्हाला ते दिसतात, पण जेव्हा आपण बोटांकडे बघतो तेव्हा आपल्याला ती वस्तू दिसत नाही. कारण ती तुमचे बोटे संकटे व चॅलेंज भीती असतात. त्यामुळे आपले लक्ष स्वप्नं, ध्येयाकडे न जाता संकटाकडे जाते आणि ते पूर्ण होत नाही. म्हणून संकटाकडे न बघता ध्येयाकडे बघा आणि आपले स्वप्नं पूर्ण करा.

कशी वाटली तुम्हाला ध्येय व स्वप्नांवरची माहिती व कृती, मी सगळ्यांना विचारले.

सगळे मला म्हटले, खूपच छान! सर्वांनी आनंदाने टाळ्या वाजवत माझी स्तुती व आभार व्यक्त केले आणि आम्ही आपापल्या घराकडे निघालो.

पहाटे पाच वाजता झोपेतून उठलो व ध्यान, व्यायाम, सकारात्मक पुस्तकांचे वाचन केले. तो दिवस खूप छान होता. त्या सुंदर दिवसाचे व देवाचे आभार मानले.

मी सर्व नित्यक्रम आटोपून शेतात गेलो. शेतातील कामे करीत असताना मला पवनच्या टीमने नाशिकला बोलावल्याने माझी सर्व कामे करून नाशिकला पवनकडे गेलो.

पवन माझी वाटच पाहत होता. थोड्या अवांतर गप्पा झाल्यावर तो मला म्हटला, सुरेश आम्ही तुझ्यासोबत काम नाही करू शकत. तुझी संकल्पना खूप छान आहे, पण सध्या आम्हाला पैशांची खूप गरज आहे.

मी थोडा विचार केला व त्यांना म्हणालो, अरे तुम्ही किती दिवसांपासून ॲनिमेशनचे काम करीत आहात.

ते म्हटले, दहा वर्षांपासून!

मग मी म्हटले, या दहा वर्षांत तुमची किंवा तुमच्या कुटुंबीयांची किती स्वप्नं पूर्ण झालीत. ते काहीच बोलले नाही. मग मी त्यांना सांगितले, की आपण सर्वजण पैशांच्या मागे आणि पैसा अजून पुढे धावत आहे. हे तुमच्या लक्षात आले का? माझ्यामते आपण पैशामागे न धावता पैशाने आपल्या मागे धावले पाहिजे.

ते सर्वजण म्हणाले, आम्हालाही तेच वाटते, की आपल्याकडे खूप पैसा आला पाहिजे, पण तसे होत नाही.

मी म्हटले, भरपूर पैसा कमवून कसे यशस्वी होता येईल, याविषयी तुम्ही काही विचार केला आहे का? जर तुम्ही विचार केला असता, तर तुम्ही माझ्यासोबत काम केले असते. तुम्ही 'थ्री इडिएट' हा पिक्चर बघितला आहे का? त्यामध्ये अमीर खान यांनी त्यांच्या मित्रांना हेच सांगितले आहे –

हमे सक्सेस के पिछे नही भागना है,

हमे एक्सलन्स (excellence) के पिछे भागना है।

याचा अर्थ असा आहे, की आपण सर्वजण यशस्वी होण्याच्या मागे न धावता उत्कृष्टपणाच्या मागे धावले पाहिजे. तेव्हा आपल्यामागे यश स्वत:हून येणार. आपण सर्वजण पैशाच्या, यशस्वीतेच्या मागे धावत आहोत पण त्यासाठी उत्कृष्ट, दर्जेदार काम करावे लागेल तरच आपले ध्येय आपल्याला गवसेल.

मी पवनला व त्याच्या टीमला अजून एक प्रश्न विचारला, समजा २०१९ साली तुमचे वय ३५ आहे आणि येत्या पाच वर्षांमध्ये तुम्ही सध्या करीत असलेल्या कामाच्या उत्पनातून तुमचे स्वप्नं पूर्ण होऊ शकेल का?

पवन बोलला, नाही!

मग मी त्याला म्हणालो, अजून दहा वर्षे जरी तुम्ही याच पद्धतीने काम करीत राहिलात आणि तुमचा मागचा इतिहास बघता असे वाटते, की तुमची स्वप्नं पूर्ण होणार नाहीत. त्याचे कारण सांगतो, समजा एखादा व्यक्ती प्रतिमहा ५० हजार रुपये कमवतो. जर त्याला अजून पैसा हवा असेल, तर त्याला अजून काम करायला पाहिजे. पण त्याची

शारीरिक क्षमता १२ तास काम करण्याची असते. जर त्याने २० तास किंवा २४ तास काम केले तर त्यांची शारीरिक क्षमता राहणार नाही. त्यामुळे ती व्यक्ती जास्त पैसे कमवू शकत नाही.

अजून एक कारण आहे, त्या व्यक्तीला ५० हजार रुपये महिना पगार मिळतो. पण त्याला दोन लाख रुपये पगार पाहिजे तर ते मिळविण्यासाठी त्याने काय केले पाहिजे?

त्यावर पवन व त्याची टीम निरुत्तर झाली. मग मी त्यांना सांगितले, आपण सर्वजण प्रत्येक महिन्याला दोन लाख व त्याच्यापेक्षा जास्त पैसे कमवू शकतो. ते कसे; ते तुम्हाला सांगतो. प्रत्येक माणूस जो पैसा कमवतो तो पैसा कमवित असताना इतका व्यस्त (कामात मग्न) असतो, की त्याला दोन लाख रुपये कसे कमविता येतील; याचा विचार करायला वेळच नसतो म्हणून तो जीवनात यशस्वी होत नाही.

मला असे वाटते, तुम्ही कसे उत्कृष्टपणे काम करू शकता जेणेकरून यश तुमच्या मागे आपोआप येईल व तुम्हांला चांगला पैसा मिळून तुमची स्वप्नं साकार होतील याचा विचार तुम्ही केला पाहिजे. कारण यशस्वी लोकांनी जगातील इतर लोकांना सकारात्मक प्रेरणा देणारी कामे केली म्हणून ते यशस्वी झाले. वेळेला खूप महत्त्व आहे, हे तुम्हाला आज समजले तर ठीक नाहीतर तुम्ही ९० वर्षांचे झाल्यावर तुमच्या मनात चांगली संकल्पना येऊनही तुम्ही काही करू शकणार नाही कारण त्यावेळी तुमची शारीरिक क्षमता नसेल. त्यावेळी आपल्याला मिळालेल्या संधीचे सोने करण्याऐवजी आपण ती गमावल्याचंच दु:ख होईल.

त्याचे तुम्हाला एक खूप छान उदाहरण देऊन सांगितले तर तुम्हाला आवडेल का?

पवन व त्याची टीम म्हटली, हो नक्कीच आवडेल.

मी म्हणालो, एक उदाहरण सांगतो. ते नीट समजून घ्या. सुरेश नावाचा एक व्यक्ती होता. संपूर्ण जगाला बदलण्याचे त्याचे स्वप्नं होते आणि ते बदलण्याचा त्याने निर्णय घेतला. जगाला बदलायला निघाला त्यावेळी सुरेशचे वय २० वर्षांचे होते. काही वर्षे निघून गेली व जग काही सुरेशला बदलता आले नाही. मग त्याने ठरविले आता आपण भारत देशाला बदलवू, तर भारताला बदलण्यासाठी काही वर्षे वाया गेली पण भारत देश काही बदलता आला नाही. त्याचे वय ५० वर्षे झाले मग त्याने परत असा विचार केला आपण आता महाराष्ट्राला बदलून टाकू. पण काही वर्षे त्यामध्ये सुरेशचे गेली पण त्याचा काही फायदा झाला नाही. त्याचे ६० वर्षे वय झाले. मग त्याने ठरविले की आपण नाशिक जिल्ह्याला बदलून टाकू व तो नाशिक जिल्ह्याला बदलायला गेला. पण नाशिक जिल्हा बदलण्यासाठी त्याने १० वर्षे वाया घालवली. नाशिक जिल्हा काही बदलता आला नाही. तेव्हा त्याचे वय ७० वर्षे झाले. त्याने परत विचार केला, की

आपण आपले जानोरी गाव बदलून टाकू व जानोरी गाव बदलण्यासाठी गेला. काही वर्षे स्वतःच्या गावाला बदलण्यामध्ये गेली पण जानोरी गाव बदलले नाही. तेथे दहा वर्षे गेली. पूर्ण वय ८० वर्षे झाले. मग त्याने ठरविले की आपण आपल्या कुटुंबाला बदलले पाहिजे. मग तो आपल्या घरातील व्यक्तींना बदलायला लागला. त्यामध्ये त्याची १० वर्षे वाया गेली. पण घरातील व्यक्ती काही बदलले नाहीत. त्याचे वय ९० वर्षे झाले. सुरेश खूप विचार करायला लागला, की आपण सर्वांना बदलायला गेलो पण कोणीच बदलले नाही. ना जग बदलले, ना भारत देश बदलला, ना महाराष्ट्र बदलला, ना नाशिक जिल्हा बदलला, ना जानोरी गाव बदलता आले, ना स्वतःच्या कुटुंबाला बदलता आले. मला आता असे वाटते, की आपणच बदलावे. कदाचित आपण जर बदललो तर सारे जग बदलेल. हे मला ९० वर्षांचा मी झालो तेव्हा कळाले. कदाचित मी २० वर्षांचा असताना स्वतःला बदलले असते तर कदाचित जग, गाव, घरातील व्यक्ती बदलले असते. म्हणून स्वतःला बदलावे, जग आपोआप बदलते. आपण आनंदी असलो की जगसुद्धा आनंदी दिसते. आपण जर प्रेम दिले तर आपल्याला प्रेमच मिळते. आपण जर चांगले कर्म केले तर आपल्यासाठी काहीतरी चांगलेच घडते.

हे ऐकत असताना पवन अतिशय विचारमग्न झाला होता. त्याला विचारले कसला विचार करतोस पवन?

पवन म्हणाला, आपण सर्व मिळूनच काम करूया. चांगले टीमवर्क बनवून लोकांना मदत करू व चांगले सकारात्मक विचार लोकांपर्यंत पोहचवू. ज्याने लोकांचा फायदा व उत्पन्न वाढेल.

मी म्हणालो, आपण एक महिन्याने काम चालू करणार आहोत. आपण दुसऱ्याला जेव्हा मदत करू, त्यांचा फायदा, प्रेम व आनंद देऊ. त्याच वेळेस, त्याच वस्तू किंवा चांगल्या गोष्टी, पैसा आपल्याकडे येणार. आपल्याला कर्म खूप प्रेमाने व आनंदाने करायचे आहे. तरच आपली स्वप्नं येत्या पाच वर्षांमध्ये पूर्ण होतील. चला तर मग, कामाची चांगली तयारी करूया, पुन्हा भेटू! पवनच्या टीमचे आभार व्यक्त केले आणि मी तेथून निघालो व मी मनातल्या मनात म्हणालो, की भगवंतामुळेच नवीन सकारात्मक प्रेरणा देणारे कार्टुन (ॲनिमेशनचे) काम लवकरच सुरू होईल असे म्हणून देवाचे (भगवंताचे) व सृष्टीचे आभार मानले.

धन्यवाद!

या पूर्ण विषयामधून हे संक्षेप किंवा शिकवण

* पहिली शिकवण : आपण काम करीत असताना आपल्याला व आपल्या कुटुंबाला जो पैसा मिळतो तो चांगल्या कामाचा पैसा हवा आहे. ते काम करीत असताना त्या लोकांचा फायदा झाला पाहिजे. मग आपला फायदा नक्कीच होतो.
* दुसरी शिकवण : आपण आयुष्यामध्ये स्वप्नं बघितली पाहिजे व त्या स्वप्नांमागे प्रेमाने व आनंदाने उत्कृष्ट काम केले पाहिजे तर ती स्वप्नं नक्कीच पूर्ण होतात. आपण यशस्वी होतो.
* तिसरी शिकवण : आपण आयुष्यामध्ये संकटाकडे न बघता ध्येयाकडे बघत राहणे. आपण जेव्हा संकटाकडे बघतो तेव्हा आपल्याला ध्येयं व स्वप्नं दिसत नाही. तसेच आपण जेव्हा ध्येयांकडे व स्वप्नांकडे बघतो; तेव्हा आपल्याला संकटे दिसत नाहीत.
* चौथी शिकवण : आपण आयुष्यामध्ये यशस्वी होण्याच्या मागे न धावता उत्कृष्टपणाच्या मागे धावले पाहिजे. उत्कृष्ट कर्माच्या मागे धावले, की यश हे आपल्या पाठीमागे येत असते. यशाच्या मागे न जाता यश आपल्यामागे आले पाहिजे; असे आपण उत्कृष्ट कर्म केले पाहिजे तरच आपण यशस्वी होऊ.
* पाचवी शिकवण : आपण आयुष्यामध्ये पैशामागे धावत असतो तर पैशामागे न धावता आपल्यामागे पैसा धावला पाहिजे, असे उत्कृष्ट कर्म प्रेमाने व आनंदाने केले पाहिजे.

  आनंद, प्रेम व उत्कृष्ट कर्म या सर्व तीन गोष्टी ज्या व्यक्तीजवळ आहे. ती व्यक्ती जगातील कोणतीही वस्तू व ध्येय आणि कोणतेही स्वप्नं पूर्ण करू शकते व यशस्वी होऊ शकतो.

धन्यवाद!

११ | प्रेमाने, आनंदाने व उत्कृष्ट कामाने यश हे मिळणारच..!

जगातील सर्वच धर्मग्रंथांतून उपदेश केला गेला आहे, की 'माणसाने माणसाशी माणसासम वागणे.' प्रेम म्हणजे फक्त प्रेयसी किंवा प्रियकरावर प्रेम करणे नव्हे किंवा माणसाने नुसते माणसावरच नाही तर आपल्या भोवताली असणाऱ्या सृष्टीवर व या सृष्टीतील प्रत्येक प्राणिमात्रावर प्रेम केले पाहिजे. पण प्रेमाची व्याख्या अजूनही आम्हाला नीटशी समजलेली नाही. त्याविषयी आम्ही कधीच नीट विचार केला नाही.

एकदा मित्राला सोबत घेऊन आम्ही शोरुममध्ये कार बघण्यासाठी गेलो असता तेथील सेल्सगर्लने आम्हाला नमस्कार करून कुठली कार घ्यायची आहे आणि कुणाच्या नावावर घ्यायची आहे याविषयी अतिशय आदरयुक्त आणि प्रेमाने माहिती विचारली. आम्ही तिला सांगितले, की जी कार आत्ताच बाजारात दाखल झाली आहे तिच्याविषयी आम्हाला माहिती सांगा. माझ्या नावावर कार घ्यायची असल्याने त्यांनी माझे संपूर्ण नाव, पत्ता लिहून घेतला आणि आम्हाला कारविषयी माहिती सांगू लागल्या. त्या कारची माहिती सांगत होत्या आणि माझ्या मनात आनंदाचे कारंजे उडत होते. त्यांच्या त्या प्रेमळ, आदरयुक्त बोलण्याने क्षणभर मी त्यांच्या प्रेमात पडलो होतो आणि मला असे वाटू लागले होते, की त्याही माझ्यावर प्रेम करताय. त्यांच्या बाजूला असलेल्या आरशात मी स्वत:ला बघितले तेव्हा माझ्या चेहऱ्यावरील आनंदाचे भाव मलाच स्पष्ट दिसत होते. पण हा माझा चुकीचा समज होता, त्यांना ती कार विकायची होती आणि ग्राहक या नात्याने मला कारची इत्यंभूत माहिती देणे त्यांना गरजेचे होते. मी ग्राहकाला किती व्यवस्थित, प्रेमात समजावून सांगून कार घेण्यास त्याची मानसिकता सकारात्मकतेत बदलवली, हाच भाव त्यावेळी त्यांच्या मनात होता. अतिशय सुस्पष्टपणे आणि ग्राहकाच्या नजरेत नजर घालून बोलण्याची कला, त्यांच्यातील आत्मविश्वास दर्शवित होता आणि मला त्यांच्याकडे आकर्षित करीत होता. मी आनंदाने भारावून गेलो होतो. क्षणभर राजा झाल्यासारखे मला वाटत होते. चुकीचा समज करून मी प्रेमाची भावना तयार करत होतो.

हे जे काही माझ्या मनात चालले होते; त्याचे कारणही तसेच होते. मी ज्या वातावरणात लहानाचा मोठा झालो आणि राहत होतो, ते इतके प्रेमळ नव्हते. आत्तापर्यंतच्या आयुष्यात नित्याने येणाऱ्या समस्या, संकटे यांना तोंड देता देता त्यातून

बाहेर पडताना आनंदी राहायचे मी विसरूनच गेलो होतो. घरातील अनेक जबाबदाऱ्या स्वत:वर घ्यायच्या आणि संकटाला तोंड देत त्या पूर्ण करायच्या; हेच माझं विश्व. या पलीकडेही वेगळं विश्व असतं हे मला ठाऊकच नव्हतं. त्यामुळे मी कायम नाराज व दु:खी राहत असे. या सगळ्यातून बाहेर पडण्यासाठी मला आनंद कुठे मिळेल याचा शोध घेऊन त्याचाच विचार करत असे.

दिवाळीसारखा सण असो किंवा घरात लहानमोठा कार्यक्रम असो. घरातील सर्वजण आनंदी असत. मी मात्र विचारात, संकटांना सामोरे जाण्याच्या विवंचनेत राहायचो. कोणते काम कसे केले पाहिजे, या विचारात आणि फक्त काम, काम आणि कामात व्यस्त राहायचो. अशा त्या वातावरणात राहत व घडत गेल्याने कधी कोणाकडून प्रेमाची अपेक्षाच केली नाही. घरातील व्यक्ती आनंदी असत तेव्हा तो मला माझ्या चेहऱ्यावर कधीच दाखवता आला नाही. तो फक्त माझ्या मनातच असायचा.

मी माझ्या मनाला नेहमी विचारत असे, की हे सर्व लोक इतके आनंदी कसे राहतात. कोणत्याही सणाला यांना आनंद होतो, मला का यांच्यासारखा आनंद होत नाही. काम करताना, बोलताना, बघतानासुद्धा ते आनंदी असतात. तो आनंद मला माझ्यात का दिसत नाही? याचा मी कायम विचार करीत असे. मी लोकांच्या आनंदाचा विचार करीत होतो पण स्वत: कसे आनंदी राहता येईल; याचा शोध कधी घेत नव्हतो. कारण माझा शोध फक्त काम करून पैसे कमविणे आणि कुटुंबीयांच्या गरजा भागवणे, त्यांना व्यवस्थित जगवणे हा होता. स्वत:ची काळजी घ्यायची असते, स्वत:वर प्रेम करायचे असते हे मला ठाऊकच नव्हते.

एक दिवस मी एका व्यावसायिक सेमिनारला गेलो होतो. मी रॉन्डा बर्न या लेखिकेचे 'शक्ती' हे पुस्तक विकत घेतले. घरी आल्यावर ते पुस्तक वाचण्यास सुरुवात केली. त्यांनी त्या पुस्तकात सांगितले आहे, की माणसाने आधी स्वत:वर प्रेम करावे. जर स्वत:वर प्रेम करीत असेल, तरच तो दुसऱ्यावर प्रेम करू शकतो आणि जेव्हा तो दुसऱ्यावर प्रेम करतो तेव्हाच त्याला आनंद मिळतो.

दुसऱ्या दिवशी मी सकाळी उठून माझे सर्व नित्यनियम आटोपून आरशासमोर उभा राहिलो आणि स्वत:वर खूप प्रेम करायला लागलो. स्वत:ला आणि स्वत:च्या शरीराला निरखून बघितले. शरिराच्या अवयवांवर उदा. चेहरा, डोके, डोक्यावरील केस, कान, नाक, तोंड हे सर्व बघत असताना मी खरोखरच स्वत:वर प्रेम करायला लागलो व प्रेमाने, आनंदाने हसायला लागलो. सारखं बाजूला जायचो आणि परत आरशासमोर यायचो व हसायचो. खरंच स्वत:वर खूप प्रेम करायला लागलो आणि सोबत कुटुंबीयांवरही अजून जास्त प्रेम करायला लागलो. नातेवाईक, मित्र या सर्वांवर प्रेम करायला लागलो. प्राण्यांवर प्रेम करायला लागलो. मला जी वस्तू हवी आहे; त्या

वस्तूवर प्रेम करायला लागलो. माझ्या या प्रेमाची उधळण इतरांना आनंद देऊ लागली आणि मी पण खूप आनंदी राहू लागलो.

मी जेव्हा शेतात काम करीत असे तेव्हा मी माझ्या कामावर प्रेम करायला लागलो. त्यामुळे ते काम पटकन होऊ लागले आणि माझ्या आनंदाला पारावारच राहिला नाही. जीवनात येणारी संकटे, अडचणींकडेसुद्धा मी प्रेमाने बघू लागल्याने त्यांची तीव्रता कमी होऊ लागली. ती संकटे व अडचणी कधी दु:खी करणाऱ्या वाटतच नव्हत्या. केवळ स्वत:वर प्रेम करू लागल्याने मला संकटांना सामोरे जाऊन आनंदी राहण्याचा मार्ग सापडला आणि मी इतरांनासुद्धा आनंद देऊ लागलो.

गैरी चैपमैन लिखित 'प्रेम की पाँच भाषाएँ' हे अजून एक पुस्तक विकत घेतले. पुस्तक वाचायला सुरूवात केली आणि प्रेमाची गुपितं मला कळू लागली. जगातील पती-पत्नी यांनी नक्की हे पुस्तक वाचल्यावर त्यांच्यात कधीच मतभेद होऊ शकणार नाही, हे मी ठामपणे सांगू इच्छितो.

गैरी चैपमैन यांनी प्रेमाच्या ज्या पाच भाषा सांगितल्या आहेत; त्या पुढीलप्रमाणे - पहिली प्रेमाची भाषा प्रेमळ सकारात्मक शब्द बोलणे. दुसरी भाषा - दुसऱ्यासाठी प्रेमाने व आनंदाने वेळ काढणे. तिसरी भाषा प्रेमाने व आनंदाने आपल्या परिवाराला भेटवस्तू देणे. चौथी भाषा प्रेमाने व आनंदाने कुटुंबाला (परिवाराला) त्यांच्या कामात मदत करणे किंवा स्वत:चे काम स्वत: करणे. पाचवी प्रेमाची भाषा म्हणजे आपल्या परिवारातील सदस्यांना स्पर्श करून प्रेम व्यक्त करणे. उदा. येता जाता पत्नीला आनंदाने नकळत स्पर्श करणे. मुलाच्या पाठीवर, डोक्यावर, गालावर प्रेमाने हात फिरवणे. अशा प्रेमाच्या पाच भाषा गैरी चैपमैन यांनी या पुस्तकात सांगितल्या आहेत. त्या प्रेमाच्या पाच भाषांचा आम्ही आमच्या जीवनात चांगला वापर करून आनंदी राहायला लागलो आणि कायम आनंदी राहू! असा आत्मविश्वास माझ्यात निर्माण झाला.

आमच्या गावात चहाच्या अनेक हॉटेल्स होत्या. जेथे गावातील लोक चहा पिण्यासाठी जात असत. बऱ्याच दिवसांनी मीसुद्धा चहा पिण्यासाठी म्हणून गावात आलो असता एका हॉटेलजवळ मला खूप गर्दी दिसली. काही लोकांना विचारले असता, मला कळाले की तेथे चहाचे नवीन हॉटेल सुरू झाले आहे आणि त्या हॉटेलचा मालक व त्याची पत्नी खूप छान चहा बनवतात. मी लगेच त्या दुकानाकडे गेलो आणि बघितले, त्या बाई अतिशय आनंदाने, उत्साहाने चहा बनवित होत्या आणि तेवढ्याच आनंदाने तो माणूस लोकांना चहा देत होता. तेथील चहा पिल्याने ग्राहकांमधला आनंदही ओसंडून वाहत होता. ते चहाचे पैसेसुद्धा खूप आनंदाने देत होते. एकूणच हॉटेलमधील वातावरणात अतिशय उत्साह आणि आनंद होता. मीसुद्धा तेथे चहा घेतला. चहाची चव अतिशय उत्कृष्ट असल्याने मलाही चहा खूप आवडला. त्या कुटुंबाची काम करण्याची,

ग्राहकाला सेवा देण्याची पद्धत मला खूप आवडली. मी तर त्यांच्या प्रेमातच पडलो.

मी आजूबाजूच्या हॉटेलमध्ये बघितले तर तिथे ग्राहकच नव्हते. त्या हॉटेलचा मालक, तेथील कर्मचारीसुद्धा तेच काम करत होते. पण त्यांच्या कामात नावीन्यता नव्हती. कामाकडे बघण्याचा दृष्टिकोन चांगला नसल्याने ते कधी आनंदी दिसले नाही. पण या उत्कृष्ट काम करणाऱ्या दाम्पत्याकडे ग्राहकांची खूप गर्दी असल्याने त्यांचा व्यवसाय चांगला चालत होता.

मी घरी आल्यावर खूप विचार केला. आपण खूप प्रामाणिकपणे काम करतो पण चहावाल्यासारखे कामावर प्रेम करीत नाही. आनंदाने व उत्कृष्ट काम केले तर आपल्याला आपल्या शेतीमध्ये खूप चांगले उत्पन्न व पैसा मिळेल.

असंच एकदा विचार करीत बसलो असताना मला सुचले, की जगातील सर्व श्रीमंत व्यक्ती केवळ काम न करता ते उत्कृष्ट पद्धतीने, नावीन्यपूर्ण काम करीत आहेत म्हणून ते श्रीमंत आहेत आणि ते श्रीमंत झाल्यानेच त्यांची स्वप्ने, ध्येयं पूर्ण करून राहिले आहेत. त्यासाठी त्यांनी इतरांना फायदा होईल अशा वस्तूंची निर्मिती करून लोकांची सेवा केली आहे. त्यांनी लोकांना आवडणाऱ्या गरजेच्या वस्तू तयार केल्या आहेत. त्यामुळे ते यशस्वी झालेत.

आपण सर्वांनी जर आपल्या आजूबाजूला बघितले तर आपणास ही यशस्वी माणसे कसे काम करतात ते दिसेल. उदाहरण द्यायचे म्हटले, तर आपल्याला आवडणाऱ्या वस्तू जसे टी.व्ही, फोन, फ्रिज, लाईट, चांगले कपडे, खाद्यपदार्थ, चांगली घरे, रेल्वे, बस, मोटारसायकल, विमान इ. गरजेच्या वस्तूंची निर्मिती अतिशय प्रेमाने, आनंदाने आणि चांगली कर्मं करून केली आहे. त्यामुळे त्यांची सर्व स्वप्नं, ध्येयं आपोआपच पूर्ण झाली आहेत.

आपण आयुष्यात नुसते काम करीत आहोत. आपल्याला काम करून पैसा हवा आहे. जसजसे आपण काम करून पैशामागे धावतो; तसतसा पैसा पुढे जातो आणि आपण मागेच राहतो. आपली स्वप्नं अंशतःच पूर्ण होतात आणि आपण आयुष्यात यशस्वी होत नाही. म्हणजेच काय तर, आयुष्यामध्ये नुसते काम करून यश, पैसा व स्वप्नं पूर्ण होत नाही तर प्रेमाने, आनंदाने व उत्कृष्ट काम केल्याने, लोकांच्या गरजेच्या वस्तूंची निर्मिती करून यश, पैसा व स्वप्ने पूर्ण होतात.

जगातील सर्व यशस्वी माणसे आधी त्यांच्या गळ्याच्याखाली पैसा खर्च करत नाही तर ते स्वतःला बदलण्यासाठी गळ्याच्यावर जास्त पैसा खर्च करतात. म्हणून ते यशस्वी होतात. आपण सर्वजण गळ्याच्याखाली सर्वात जास्त पैसा खर्च करतो. तो कसा जाणून घेऊ. आपल्याला महागडे कपडे, बूट व सॉक्स, गळ्यात सोन्याची चैन, अंगठ्या, फोन, कार, पलंग, जेवण हा सर्व खर्च आपण गळ्याच्याखालीच करतो. पण

यशस्वी लोक गळ्याच्याखाली लागणाऱ्या गरजेच्या गोष्टींवर खर्च न करता गळ्याच्यावर खर्च करतात. म्हणजे चांगल्या सकारात्मक पुस्तकांचे वाचन, सकारात्मक सेमिनारला जाणे, व्हिडीओ बघणे, ऑडिओ ऐकणे यावर सर्वात जास्त पैसा खर्च करतात. म्हणजेच काय तर ज्ञानार्जनासाठी, बुद्धिमान होण्यासाठी गळ्याच्यावर पैसा खर्च करतात म्हणून ते यशस्वी होतात.

हे यशस्वी लोक प्रेमाच्या, आनंदाच्या व उत्कृष्ट कर्माचाच विचार करतात. इतरांना कशी चांगली सेवा देता येईल याचा खूप चांगल्या पद्धतीने विचार करतात. त्यासाठी अभ्यास करून नवनवीन वस्तूंची निर्मिती करतात म्हणून ते यशस्वी होतात.

काही वर्षे ते काही गोष्टींचा त्याग करतात. उदाहरण जर पुस्तक वाचले नाही, तर जेवण करणार नाही. जर सकाळी लवकर उठले नाही, तर जेवण करणार नाही. हे यशस्वी लोक वेळेइतकेच इतर माणसांनासुद्धा खूप महत्त्व देतात. प्रत्येक माणसामध्ये, ग्राहकामध्ये भगवंत बघतात व त्या ग्राहकाची सेवा करतात. स्वत:वर, कुटुंबीयांवर, ग्राहकांवर प्रेम करतात म्हणून ते यशस्वी होतात.

सृष्टीवर वास्तव्य करणाऱ्या प्रत्येक सजीवाला सुख पाहिजे असते. पण सुख म्हणजे नेमके काय? आणि ते कसे मिळवता येते? हे कुणाला ठाऊक नसते मात्र ते मिळवण्यासाठीची धडपड मात्र अविरत सुरू असते. जगातील सर्व धर्मांचे ग्रंथ सांगतात, की मानवाला जर सुख हवे असेल तर त्याने आनंदी राहिले पाहिजे.

आपण सर्वजण म्हणाल, की आनंद कोठे आहे? मी सांगेन, की तो आपल्या आजूबाजूला आहे. जर तो आपल्याला सापडत नसेल, तर तुम्ही इतरांना प्रेम देऊन बघा. तुम्हाला तो मिळेल. आपण सर्वांनी या सृष्टीवरील मानवजातीवर, प्राण्यांवर, प्रेम केले पाहिजे. जेव्हा आपण प्रेम करतो तेव्हा आपल्याला आनंद मिळतो. जेव्हा आपल्याला आनंद मिळतो तेव्हा आपल्याला सुख मिळते. दु:ख फक्त आणि फक्त नकारात्मक विचार केल्याने, मनाला चुकीच्या जागेवर नेल्याने मिळते. दु:ख नकारात्मक विचार केला का सहज मिळते. तसेच सुख हे सकारात्मक विचार केला का सहज मिळते.

जगात जीपण उत्पत्ती झाली आहे ती फक्त आणि फक्त प्रेमाने, आनंदाने झाली आहे. जर आपणास खोटे वाटत असेल तर आपल्या भोवताली, घरात बघा. आपण वापरत असलेल्या सुखवस्तूंची निर्मिती ज्याने कोणी केली आहे ती अतिशय प्रेमाने, आनंदाने व उत्कृष्ट काम करून तयार केला आहे. अशा असंख्य वस्तू या प्रेमानेच अस्तित्वात आल्या आहेत. आपला जन्म, आपली संतती ही प्रेम आणि आनंदातूनच लाभलेली आहे. हे सर्व काही प्रेम आणि आनंदातून आपल्याला मिळाले आहे मग आपण दु:खी का राहायचे? जगातील मानवावर, प्राण्यांवर व प्रत्येक सजीवावर प्रेम केल्याने

आनंद मिळेल, त्यापाठोपाठ सुख लाभेल आणि आपण यशस्वी होऊ.

असेच आपणही सर्वजण प्रेमाने, आनंदाने उत्कृष्ट प्रयत्न व काम करून आपले व आपल्या कुटुंबाचे स्वप्नं पूर्ण करूया आणि यशस्वी होऊया!

हा धडा शाब्दिक वादातून तयार झाला. त्यासाठी त्या वादकरणाऱ्यांचे खूप आभार व भगवंताचे, सृष्टीचे आम्ही खूप आभारी आहोत.

धन्यवाद!

या पूर्ण विषयामधून हे संक्षेप किंवा शिकवण

* पहिली शिकवण : प्रेमाने, आनंदाने उत्कृष्ट प्रयत्न व काम केल्याने यश आपल्या मागे येत असते.
* दुसरी शिकवण : आपल्या कामातील उत्कृष्टतेनेच यश आपल्या मागे आपोआप येते.

धन्यवाद!

१२ बुद्धिमान लोकांचे विचार

लेखक, व्यावसायिक, संस्थापक, राजकीय नेते, संशोधक, वैज्ञानिक, नोबेल पारितोषिक विजेते, धर्मगुरू, शास्त्रज्ञ, कवी व विचारवंत या सर्वांचे चांगले विचार खाली दिलेले आहेत.

१) एक सर्वश्रेष्ठ आणि सत्ता गाजवणारी शक्ती असते. तीच साऱ्या पृथ्वीतलाला व्यापून टाकते आणि नियंत्रित करते, तर याच शक्तीचा आपण एक भाग आहोत.

– प्रेंटिस मलफोर्ड (१८३४–१८९१) नवविचारवादी लेखक

२) प्रेम, आनंद व उत्कृष्ट कर्म या तीन गोष्टी ज्या व्यक्तीकडे असतील तो व्यक्ती जगातील कोणतीही वस्तू मिळवून त्याचे स्वप्नं व त्याच्या कुटुंबीयांचे स्वप्नं साकार करू शकतो.

– सुरेश मुरलीधर वाघ (सेवक) (१९८२)

३) प्रेम जरी दिसत नसेल तरीपण हवा आणि पाण्याइतकेच ते खरे आहे. हा एक खरा व सतत कार्यरत असलेला आवेग आहे. नद्या, सागरातील लाटा आणि प्रवाहाप्रमाणे ते सतत खळाळत असते.

– प्रेंटिस मलफोर्ड (१८३४–१८९१) नवविचारवादी लेखक

४) प्रेम हा शब्द काढून घेतला किंवा प्रेम काढून घेतले तर पृथ्वीवरील सजीव सृष्टी स्मशानभूमी होईल.

– रॉबर्ट ब्राऊनिंग (१८१२–१८८९)

५) प्रेम हे इतके शक्तिशाली आहे, की त्याच्या अज्ञात ऊर्जेतूनच जगाची उत्पत्ती झाली आहे.

– पियरे टिलहार्ड दे चार्डीन (१८८१–१९५५)

६) आकर्षण आणि प्रेमाचा नियम एकच आहे.

- चार्ल्स हानेल (१८६६-१९४९)

७) प्रत्येक उत्कृष्ट कार्याला समांतर आणि विरुद्ध अशी प्रतिक्रिया मिळत असते.

- आयझॅक न्यूटन (१६४३-१७२७)

८) आनंदाने व प्रेमाने जे द्याल तेच तुम्हाला परत मिळते. जसे तुम्ही आनंदाचे व प्रेमाचे मोजमाप कराल त्याच प्रमाणात तुम्हाला आनंद व प्रेम मिळेल.

- जिझस (ख्रिश्चन धर्माचे संस्थापक) ल्युक ६:३८

९) सृष्टीमधील मानव हा कायम प्रेमाचा नियम पाळेल अथवा नाही; ते मला माहीत नाही पण त्यामुळे मी नाराज होता कामा नये. हा छान नियम गुरुत्वाकर्षणाच्या नियमाप्रमाणेच सुंदर काम करतो. आपण त्या नियमाला स्वीकारा किंवा स्वीकारू नका; हे तितकेच सत्य आहे.

- राष्ट्रपिता महात्मा गांधी (१८६९-१९४८)

१०) आयुष्यातील सारी सुख-दु:खे आणि बोजडपणापासून एकच शब्द आपल्याला मुक्त करू शकतो तो म्हणजे आनंद-प्रेम हा होय.

- ग्रीक नाटककार सोफोक्लीस (इ. स. पू. ४९६-४०६)

११) आपल्याला आनंद व प्रेमाचे सत्य कळाले असेल तर आपल्या लक्षात येईल, की हे सत्यच आयुष्यातून मुक्त करू शकते.

- जिझस (ख्रिश्चन धर्माचे संस्थापक) ८:३२

१२) आनंद व प्रेम म्हणजेच आपल्या नियमाचे समाधान.

- सेंट पॉल (ख्रिश्चन ॲपोझल, रोमन) १३:१०

१३) भावना या मानवरूपी देहामध्ये गुप्त असतात.

- नेव्हिल गोडार्ड (१९०५-१९७२) नवविचारवादी लेखक

१४) चांगल्या विचारांना जाणिवा देण्यासाठी चांगल्या भावनांची गरज असते. त्यातूनच चांगला माणूस तयार होतो.

- चार्ल्स हानेल (१८६६-१९४९) नवविचारवादी लेखक

१५) प्रेमाचे जितके चांगल्या आकाराचे पात्र; तितकीच चांगल्या प्रकारची चांगली पात्रता.

– संत बनर्ड क्लेयखाँ (१०९०–११५३) ख्रिश्चन साधू आणि गूढवादी

१६) तुमच्या चांगल्या भावना व आनंद याबद्दल जागरूक राहिले पाहिजे कारण तुमच्या अदृश्य चांगल्या भावना आणि दृश्य जग यात एक चांगल्या प्रकारचे बंधन आहे.

– नेव्हिल गोडार्ड (१९०५–१९७२) नवविचारवादी लेखक

१७) तुमच्या भावनांमधील बदल म्हणजे तुमच्या नशिबातील बदल.

– नेव्हिल गोडार्ड (१९०५–१९७२) नवविचारवादी लेखक

१८) आपणास विश्वातील गुप्त गोष्टींची चांगली माहिती हवी असेल, तर ऊर्जालहरी आणि कंपने यांच्या बाबतीत विचार केला पाहिजे.

– निकोला टेस्ला (१८५६–१९४३)

१९) तुमच्यासोबत काय चांगले घडणार किंवा वाईट घडणार, हे आपणास माहीत नाही पण तुम्ही या परिस्थितीला कसे सामोरे जाता यावर सारे अवलंबून असते.

– एपिक्टेटस (५५–१३५), ग्रीक तत्त्वज्ञ

२०) आपण एकही क्षण पश्चाताप करण्यात वाया घालविला नाही पाहिजे. कारण आपण पूर्वीच्या चुकांबद्दल सारखा विचार करीत राहणे म्हणजे स्वतःला संसर्ग रोग होऊ देण्यासारखेच आहे.

– नेव्हिल गोडार्ड (१९०५–१९७२) नवविचारवादी लेखक

२१) आपण राग धरून ठेवणे म्हणजे जळता निखारा आपल्या हातात घेऊन तो दुसऱ्याच्या अंगावर भिरकवण्यासारखे असते. यात तुम्ही स्वतःलाही दुःखापत करून घेता.

– गौतम बुद्ध (इ. स. पू. ५६३–४८३)

२२) आपण जे दुःख इतरांच्या आयुष्यात देतो तेच दुःख आपल्याकडे पुन्हा येते. तसेच आपण प्रेम व आनंद जर इतरांना दिला तर आपल्याला प्रेम व आनंदच कायम मिळत असतो.

– कवी एडविन मार्कहॅम (१८५२–१९४०)

२३) आपल्याकडे काहीच नसताना शून्यातून विश्व निर्माण करू शकतो. विश्व निर्मितीची ताकद आपल्यातील उत्कृष्ट कृतीतून मिळत असते.

– नेव्हिल गोडार्ड (१९०५–१९७२) नवविचारवादी लेखक

२४) आपण एक उत्साहपूर्ण, आनंदी व प्रेमळ आयुष्य जगू शकतो आणि सर्व प्रकारच्या नुकसानीपासून सुरक्षित राहू शकतो.

– चार्ल्स हानेल (१८६६–१९४९) नवविचारवादी लेखक

२५) आपल्याकडे सकारात्मक आवेग असला, तर चांगली परिस्थिती आणि चांगले दिवस आपल्याकडे आकर्षित होत असतात.

– अज्ञात

२६) भूतकाळात किंवा भविष्यासाठी न जगता वास्तवात जगा. आपल्यासाठी फक्त आजचा दिवस, आज मिळालेले क्षण आनंदाने जगा, उद्यासाठी थांबू नका.

– जेरी स्पिनेल्ली (१९४१) बालसाहित्यिक

२७) आपल्या आयुष्यातील प्रत्येक सुंदर क्षण निरंतर निर्मितीचा असतो आणि विश्व हे अमर्याद असते. फक्त या निसर्गाला, सृष्टीला, ईश्वराला एक विनंती करा आणि आपल्याला जे काही हवे आहे; ते मिळवा.

– शक्ती गावेन (१९४८), लेखक

२८) जी गोष्ट आपण अजून पाहिलेली नाही; त्यावर आपण विश्वास ठेवणे म्हणजे श्रद्धा आणि या श्रद्धेचा पुरस्कार करणे म्हणजे ज्यावर आपला विश्वास आहे ते बघणे.

– संत ऑगस्टिन हिप्पो (३५४–४३०) धर्मशास्त्रवेत्ता व बिशप

२९) आपल्याला ज्या गोष्टीची इच्छा आहे त्याची आपण कल्पना केली पाहिजे कारण आपण केलेली कल्पना ही निर्मितीची पहिली पायरी आहे. आपण जी कल्पना करतो तेच आयुष्यात कायम करत असतो. जे आपण इच्छितो त्याची निर्मिती आपल्याच हातून होत असते.

– जॉर्ज बर्नार्ड शॉ (१८५६–१९५०) नोबेल पारितोषिक विजेते

३०) हे जग, सृष्टी, ब्रह्मांड आपल्या मनातील कल्पना साकारण्यासाठी लाभलेले

व्यासपीठ आहे.

- हेन्री डेव्हिड थोरो (१८१७-१८६२), उन्नयनवादी लेखक

३१) सुंदर कल्पनाशक्तींचा वापर म्हणजे उत्कृष्ट मनाचे गुपित आहे.

- ख्रिस्तीन डी. लार्सन (१८७४-१९६२) नवविचारवादी लेखक

३२) स्वर्ग, पृथ्वी आणि त्यातील साऱ्यांची निर्मिती पूर्ण झाली आहे.

- जेनेसिस (२:१)

३३) अणू हे काही खरे नसतात. ते गोष्टी किंवा सत्यापेक्षा क्षमतेचे किंवा शक्यतांचे जग निर्माण करतात.

- नोबेल पारितोषिक विजेते, क्वॉन्टम भौतिकशास्त्रज्ञ व्हर्नर हायसनबर्ग (१९०१-१९७६),

३४) आपल्या भोवतालची माणसे, गोष्टी, परिस्थिती काय सुचित करत आहेत, याचा विचार आपण करत बसतो तेव्हा आपल्याला काय हवे आहे याचा विचार आपण करत नाही. आपण आपल्या स्वत:च्या भावनांप्रमाणे नाही तर उधारीच्या भावनाप्रमाणे वागत असतो. आपल्याला नक्की कसला विचार करायचा आहे किंवा आपल्याला नक्की काय करायचे आहे; हे ठरविण्यासाठी आपली कल्पनाशक्ती वापरली पाहिजे.

- ख्रिस्तीन डी. लार्सन (१८७४-१९६२) नवविचारवादी लेखक

३५) आपल्या सर्वांच्या इच्छा आणि भावना यात काही गोंधळ उडाल्यास भावनाच विजेत्या ठरल्या आहेत.

- नेव्हिल गोडार्ड (१९०५-१९७२) नवविचारवादी लेखक

३६) आपल्या विचार आणि भावना व्यक्त करण्याच्या क्षमतेतून आपण साऱ्या जगावर सत्ता गाजवू शकता.

- नेव्हिल गोडार्ड (१९०५-१९७२) नवविचारवादी लेखक

३७) आपला विजय निश्चित असताना त्याविषयीची आपल्या मनातील शंका आपल्याला चांगले काहीतरी गमावण्यास भाग पाडते.

- इंग्लिश नाटककार विल्यम शेक्सपिअर (१५६४-१६१६)

३८) आपल्या भावनाच आपला देव असतो.

- चाणक्य (इ. स. पू. ३५०-२७५)

३९) आपल्या आयुष्यात कोणतीही परिस्थिती असो मी आनंदी असण्याबाबत सतत आग्रही असतो. कारण आपल्या आनंदाचा व दु:खाचा खूप मोठा भाग आपल्या स्वभावावरच अवलंबून असतो हे मला अनुभवातून शिकायला मिळाले आहे.

- फर्स्ट लेडी (अमेरिकेचे पहिले राष्ट्राध्यक्ष जॉर्ज वॉशिंग्टन यांची पत्नी) मार्था वॉशिंग्टन (१७३२-१८०२)

४०) आपल्या शरिरात विचार, भावना, शक्ती, प्रकाश आणि ऊर्जेने व्यापलेले एक जग असते, ते अदृश्य असले तरी त्याचा आवेग खूप महत्त्वाचा असतो.

- चार्ल्स हानेल (१८६६-१९४९) नवविचारवादी लेखक

४१) आयुष्यात मूर्ख वागणुकीलाही हुशारीने तोंड द्यावे.

- ताओइझमचा संस्थापक, लाओ त्सू (इ.स.पू. ६)

४२) जीवनामध्ये भाग्य हा योगायोग नसून आपली निवड असते.

- अमेरिकन राजकीय नेते विल्यम जेनिंग्ज ब्रायन (१८६०-१९२५)

४३) आपण ज्या व्यक्तीवर खरंच प्रेम व्यक्त करतो, त्यांच्यासोबतही जादू होऊ शकते. आपण जितके प्रेम देतो; तितकेच प्रेम ते आपल्याला देत असतात.

- लेखक, कवी रेनर मारिया रिल्क (१८७५-१९२६)

४४) जीवनात वाईट बघणे, ऐकणे, बोलणे टाळले पाहिजे.

- जपानमधील तोशोगू समाधीवरील सुविचार (इ.स. पू. १७)

४५) सुरूवातीच्या काळात फक्त शक्यता होत्या. त्याचे निरीक्षण केल्यावरच विश्व अस्तित्वात येऊ शकणार होते. लाखो वर्षांनी हे निरीक्षण झाले, त्यामुळे काही फरक पडत नाही. विश्व अस्तित्वात आहे. कारण आपण त्याबद्दल जागरुक आहोत.

- खगोल भौतिकशास्त्रज्ञ मार्टिन रीस (१९४२)

४६) जगाशी साधर्म्य दाखवणाऱ्या लहरी या जगात दिसून येतात. तसेच विविध

प्रकारच्या अगणित सत्यतादेखील आपल्यासोबत असतात. फक्त त्या आपल्याला जाणवत नसतात.

– नोबेल पारितोषिक विजेते क्वॉन्टम भौतिकशास्त्रज्ञ स्टीवन वेनबर्ग (१९३३)

४७) भूतकाळ, वर्तमान व भविष्यकाळ यातील फरक मृगजळासारखा असतो.

– नोबेल पारितोषिक विजेते भौतिकशास्त्रज्ञ अल्बर्ट आईनस्टाईन (१८७९–१९५५)

४८) सृष्टीमधील झाडांमध्ये एक संवेदना असते जी तुमचे प्रेम समजू शकते आणि त्याला प्रतिसादही देत असते. पण आपण ज्या पद्धतीने व्यक्त करतो तसे ते होत नाहीत किंवा आपण समजू शकू अशा पद्धतीने ते व्यक्त होत नाहीत.

– प्रेंटिस मलफोर्ड (१८३४–१८९१) नवविचारवादी लेखक

४९) जग हे एका मृगजळासारखे आहे. हुशार माणसे हे ओळखून असतात. त्यामुळे ते त्यावर विसंबून राहत नाही आणि म्हणूनच ते लोक दुःखापासून दूर राहतात.

– गौतम बुद्ध (इ. स. पू. ५६३–४८३)

५०) आपण बघू शकतो व स्पर्श करू शकतो, अशा गोष्टींवर विश्वास ठेवणे म्हणजे विश्वास ठेवणे होत नाही. पण न दिसणाऱ्यांवर विश्वास ठेवणे हे जेत्याचे काम असते. आशीर्वादाचाच तो एक भाग असतो.

– अब्राहम लिंकन (१८०९–१८६५)

५१) ब्रह्मांडामधील महान, निरंतर आणि अतुलनीय असा आवेग आपल्या सर्वांना पुढे नेत असतो. पण अशा पद्धतीने आपण पुढे जात असताना अनेक जण खोळंबून राहतात आणि मागे वळून बघतात आणि नकळतपणे ते आवेगाला विरोध दर्शवत असतात.

– प्रेंटिस मलफोर्ड (१८३४–१८९१) नवविचारवादी लेखक

५२) प्रेम ही पृथ्वीवरील सगळ्यात महान शक्ती आहे. आपल्या सर्वांना ती जिंकते.

– पीस पिलग्रिम (१९०८–१९८१)

५३) आपल्या सगळ्यांमध्ये इतरांपेक्षा वेगळे गुण व श्रेष्ठ अशी अदृश्य आणि अस्पर्श्य शक्ती असते. जी कोणीही हिरावून घेऊ शकत नाही, पण स्वेच्छेने ती आपण

देऊ शकतो, ती दिल्याने आपल्याला भरभरून मिळत असते.

- लेखक व व्यावसायिक डब्ल्यू क्लेमेंट स्टोन (१९०२-२००२)

५४) इतक्या काळानेही तू माझी ऋणी असावीस असे सूर्य पृथ्वीला कधीही सांगत नाही. यासारखे आपण प्रेम करणे किती चांगले असते, याचा आपण विचार करा. सारे आकाश प्रकाशाने उजळून जाते.

- सुफी कवी, हाफेज (१३१५-१३९०)

५५) आपल्यासोबत एक प्रेमाचा, आनंदाचा आवेग असतो व तो कधीही वाया जात नाही. त्यामुळे तो आपल्या बाबतीतही वाया जाणार नाही; याची खात्री आपण बाळगली पाहिजे.

- रॉबर्ट कॉलिअर (१८८५-१९५०) नवविचारवादी लेखक

५६) एकदा आपण प्रेमाच्या प्रदेशात प्रवेश केलात, की बाकीचे सर्व जग कितीही अपरिपक्व असेल तरीही तुम्हाला ते चांगलेच वाटू लागते. प्रेम व्यक्त करण्याच्या संधी आपल्याला त्यात दिसू लागतात.

- तत्त्ववेत्ता सेरेन ॲबी किर्कगार्ड (१८१३-१८५५)

५७) जीवनातील आनंदाचे दार उघडण्याची प्रेम ही एक किल्ली आहे.

- हार्वर्ड मेडिकल स्कूल अधिष्ठाता
ऑलिव्हर वेंडेल होम्स (१८०९-१८९४)

५८) आपल्या मनाचा सुस्पष्टपणा म्हणजे आपल्या इच्छेची सुस्पष्टता. त्यामुळेच श्रेष्ठ आणि सुस्पष्ट प्रेम करत राहते व जे त्याला आवडते ते आपल्याला वेगळ्या पद्धतीने पाहता येते.

- गणिततज्ज्ञ व तत्त्ववेत्ता ब्लेस पास्कल (१६२३-१६६२)

५९) ज्यांचा आपल्या मनावर ताबा नसतो त्यांचे मनच त्यांचा मोठा शत्रू असते.

- भगवद्गीता (इ.स.पू. ५)

६०) कृतज्ञतेची भावना मनात असल्याशिवाय आपण शक्तीचा वापर जास्त करू शकणार नाही. कारण कृतज्ञतेची भावनाच आपल्याला शक्ती देते.

- वॉलेस वॉटल्स (१८६०-१९११) नवविचारवादी लेखक

६१) माझे काम माझ्या भोवताली असलेल्या जिवंत वा मृत व्यक्तीमुळेच पार पडत असते. याची जाणीव मी स्वत:ला दिवसातून शंभर वेळा करून देत असतो. त्यामुळे मला आजवर जे काही मिळाले आहे व जे मिळत आहे यासाठी त्याच्याप्रती थोडीतरी कृतज्ञता व्यक्त करावी याची मला सतत जाणीव असते.

– नोबेल पुरस्कार विजेते भौतिकशास्त्रज्ञ
अल्बर्ट आईनस्टाईन (१८७९-१९५५)

६२) आयुष्यात 'आभारी आहे' ही एकच प्रार्थना आयुष्यभर म्हटली तरी पुरेसे आहे.

– ख्रिश्चन लेखक आणि धर्मशास्त्रवेत्ता, माइस्टर एक्हार्ट (१२६०-१३२८)

६३) जे मिळाले आहे त्याच्याप्रती कृतज्ञ राहिल्यास अजून भरभरुन मिळते.

– इस्लाम धर्माचे संस्थापक मोहम्मद (५७०-६३२)

६४) आयुष्यात शांत आणि सक्षम राहिलो तर कोणत्याही नकारात्मक परिस्थितीतून मार्ग शोधू शकतो.

– उन्नयनवादी लेखक हेन्री डेव्हिड थोरो (१८१७-१८६२)

६५) कृतज्ञता ही एक चांगली लस आहे. कृतज्ञता विषावर मात करणारे औषध आहे. कृतज्ञता जखमेवरील मलम आहे.

– प्रेस्बिटेरिअन धर्मोपदेशक व लेखक जॉन हेन्री जोवेट (१८६४-१९२३)

६६) आपल्या दैनंदिन जीवनामध्ये आपल्या लक्षातही येत नाही की आपण जे देतो त्यापेक्षा कितीतरी जास्त पटीने आपल्याला मिळत असते आणि केवळ फक्त कृतज्ञतेमुळेच आयुष्याला श्रीमंती येते.

– लुथरन पास्टर, डिट्रिच बॉनहॉफर (१९०६-१९४५)

६७) आपल्या कुटुंबातील लहान मुलांद्वारेच आकर्षणाचा नियम आपल्याला अधिक चांगल्या पद्धतीने कळू शकतो.

– राष्ट्रपिता महात्मा गांधी (१८६९-१९४८)

६८) आपल्या कल्पनाशक्तीच्या जोरावर आपण कुठेही जाऊ शकतो.

– नोबेल पारितोषिक विजेते भौतिकशास्त्रज्ञ
अल्बर्ट आईन्स्टाईन (१८७९-१९५५)

६९) जो माणूस स्वत:वर विश्वास ठेवतो त्याच्यासाठी साऱ्या गोष्टी, ध्येयं व स्वप्नं शक्य असतात.

- ख्रिश्चन धर्माचे संस्थापक जिझस (मार्क ९:२३)

७०) आपल्याला जे हवे असते व आपल्याला ज्याची इच्छा असते ते आधीच आपले झालेले असते. आपली इच्छा पूर्ण झाली असे समजायला लागणे योग्य असते.

- नेव्हिल गोडार्ड (१९०५-१९७२) नवविचारवादी लेखक

७१) आपण गरीब आहे असे वाटणे म्हणजेच आपण आयुष्यात गरीबच राहणार. जेव्हा आपण चांगले श्रीमंत आहोत असे समजू तेव्हा विचारात सकारात्मक बदल घडून श्रीमंत बनू.

- उन्नयनवादी लेखक राल्फ वॉल्डो एमरसन (१८०३-१८८२)

७२) आपल्याकडे कशाचीच कमरता नाही असे जेव्हा आपल्याला वाटत असते तेव्हा सारे जग आपलेच आहे असे वाटते.

- लिओ झ्यू (इ.स.पू. ६)

७३) आपला प्रत्येकाचा धर्म व त्याची निरंतर, मूलभूत तत्त्वच विज्ञानात आहेत. प्रेमाच्या नियमापासून कोणीही दूर जाऊ शकत नाही.

- चार्ल्स हानेल (१८६६-१९४९) नवविचारवादी लेखक

७४) आपले आयुष्य व आपली परिस्थिती चांगली असू दे. आपली परिस्थिती आपणच बनवतो. आपण जसे असतो तशीच आपली परिस्थिती असते.

- तत्त्ववेत्ता व बिशप हिप्पो संत ऑगस्टिन (३५४-४३०)

७५) आपले काम किंवा आपल्या वेळेनुसार आपल्याला स्तुती मिळत नसते तर आपण इतरांना किती प्रेम देतात यावर आपले संपूर्ण जीवन अवलंबून असते.

- तत्त्ववेत्ता व कॅथलिक चर्चचे डॉक्टर (सिएना) संत कॅथरीन (१३४७-१३८०)

७६) आपल्याला जे हवे आहे ती आपली इच्छा कायम मनात अशा पद्धतीने धरून ठेवा, की जणू ती गोष्ट आत्ताच आपली झाली आहे. आपली इच्छा नक्कीच फळास येईल.

- नेव्हिल गोडार्ड (१९०५-१९७२) नवविचारवादी लेखक

७७) आपण किती पैसे लोकांना देतो याला महत्त्व नाही, तर किती प्रेमाने देतो याला जास्त महत्त्व आहे.

– नोबेल पारितोषिक विजेत्या मिशनरी मदर तेरेसा (१९१०–१९९७)

७८) हृदयाशिवायचा बुद्धिमान माणूस जणू शून्यच. कारण केवळ समंजसपणा आणि हुशारीने बुद्धिमान माणूस तयार होत नाही. फक्त प्रेम! प्रेम!! प्रेम!!! हाच बुद्धिमत्तेचा खरा आत्मा आहे.

– डच वैज्ञानिक निकोलस जोसेफ वॉन जॅक्विन (१७२७–१८१७)

७९) यश ही काही आनंदाची गुरुकिल्ली नसून आनंद ही यशाची गुरुकिल्ली आहे.

– नोबेल पारितोषिक विजेते धर्मप्रसारक व तत्त्ववेत्ता अल्बर्ट श्वाइट्झर (१८७५–१९६५)

८०) प्रेम दिल्यानेच प्रेम मिळते, हे लक्षात ठेवा. जेवढे जास्त तुम्ही प्रेम द्याल तेवढे जास्त मिळवाल. याचा उत्तम मार्ग म्हणजे आपण स्वत: प्रेमाने भरून जायला हवे; अगदी चुंबकाप्रमाणे.

– नवविचारवादी लेखक चार्ल्स हानेल (१८६६–१९४९)

८१) आयुष्यात येणारी एखादी व्यक्ती आपल्यासाठी महत्त्वाची नसली तरी, तिच्याशी प्रेमाने वागा, काळजी घ्या, समंजसपणा दाखवा, बदल्यात कोणतीही अपेक्षा करू नका आणि तुमच्या आयुष्यात झालेले बदल अनुभवा.

– लेखक ऑग मॅंडिनो (१९२३–१९९६)

८२) आपल्या आयुष्यामध्ये एकाच नियमावर सारे काही आधारित आहे. आपल्या शेजाऱ्यांवर आपल्या स्वत:इतकेच प्रेम केले पाहिजे.

– संत पॉल (अंदाजे ५–७) ख्रिश्चन प्रेषित, गेलाटियन ५:१४

८३) तिरस्काराला तिरस्काराने जिंकता येत नाही, तर फक्त प्रेमाने जिंकता येते. सृष्टीचा हाच निरंतर नियम आहे.

– गौतम बुद्ध (इ.स.पू. ५६३–४८३)

८४) जीवनात आपल्याला कोणी कमी लेखण्याचा प्रयत्न करण्याअगोदरच आपली उंची एवढी गाठा, की त्याचे वागणे आपल्यापर्यंत पोहचू शकणार नाही.

– गणिततज्ज्ञ, तत्त्ववेत्ता रेने डेस्कार्टिस (१५९६–१६५०)

८५) आपण प्रेमाने वागतो तेव्हा आपल्या आत्म्याचे पोषण होते. आपण क्रूरतेने वागतो तेव्हा आत्मा मेलेला असतो.

– इस्त्रायलचा बिब्लीकल राजा प्रोव्हर्ब, ११:१७, किंग सोलोमन (इ.स.पू. १०)

८६) जीवनातील आनंद पूर्णपणे आपल्यावरच अवलंबून असतो.

– ग्रीक तत्त्ववेत्ता आणि शास्त्रज्ञ, ॲरिस्टॉटल (इ.स. पू. ३८४–३२२)

८७) तिरस्कारामुळे आयुष्य पांगळे होते. प्रेमामुळे त्यातून सुटका होते. आयुष्यामध्ये तिरस्कारामुळे गोंधळ निर्माण होतो व प्रेमाने ते सुरळीत होते. तिरस्कारामुळे आयुष्यात अंध:कार होतो, प्रेमाने ते प्रकाशमान होते.

– बाप्टिस्ट मिनिस्टर आणि नागरी हक्क चळवळ नेते,
मार्टिन ल्युथर किंग ज्युनिअर (१९२९–१९६८)

८८) जीवनामध्ये पहिली पायरी चांगल्या विचारांची, दुसरी पायरी चांगल्या शब्दांची आणि तिसरी पायरी चांगल्या कृतीची. या तीनही पायऱ्या चढल्यावर स्वर्गात प्रवेश केल्याची अनुभूती येते.

– अर्दा विराफचे पुस्तक (अंदाजे ६ वे शतक)
झोरास्ट्रीयन धार्मिक पुस्तक

८९) एखादा माणूस जेव्हा वाईट बोलत किंवा वागत असतो तेव्हा त्याच्या वाट्याला वेदनाच येतात. आयुष्यात चांगले विचार आणि चांगली वागणूक असल्यास आनंद हा सावलीसारखा बरोबर राहतो.

– गौतम बुद्ध (इ.स.पू. ५६३–२८३)

९०) खरी शक्ती ही नेहमी शरिराच्या आतून येत असते. दुसऱ्याला दिल्यानेच ती आपल्याला मिळत असते.

– नवविचारवादी लेखक चार्ल्स हानेल (१८६६–१९४९)

९१) आयुष्यामध्ये जगातील सर्व माणसे जेव्हा एकमेकांवर प्रेम करू लागतील तेव्हा कोणीही ताकदवान माणूस कमजोर माणसावर वर्चस्व गाजवू शकणार नाही. बहुसंख्यांक अल्पसंख्याकांना दाबून टाकणार नाहीत. श्रीमंत माणसे गरिबांचा छळ करणार नाहीत. महान माणसे सामान्य माणसाला कमी लेखणार नाहीत. धूर्त माणसे सामान्य माणसाला फसविणार नाहीत. जिंकलेली माणसे सामान्य

माणसाला कमी लेखणार नाहीत.

– चिनी तत्त्ववेत्ता, मोझी (अंदाजे इ.स.पू. ४७०–३९१)

९२) आयुष्यातील कोणत्याही बाह्य घटनेमुळे जर आपण तणावाखाली असाल तर ती वेदना त्या गोष्टीमुळे नसते. तर आपल्या त्या गोष्टीच्या अंदाजावर अवलंबून असते. हे बदलण्याची ताकद आपल्यात असते.

– रोमन सम्राट मार्कस ऑरेलिअस (१२१–१८०)

९३) आयुष्यातील प्रेमाची छोटीशी कृती असा प्रकार अस्तित्वात नसतो हे लक्षात ठेवा. अशी प्रत्येक कृती एका चांगल्या अंताचा तरंग घेऊन येते.

– व्यंगचित्रकार स्कॉट ॲडम्स (१९५७)

९४) आपल्यातील इच्छाशक्तीच आपले आजार बरे करते.

– पाश्चिमात्य वैद्यकीय जनक हिप्पोक्रेट्स (इ. स. पू. ४६०–३७०)

९५) आपण मनात जसा विचार करतो तसेच वागत असतो.

– सोलोमन राजा (इ.स.पू. १० वे शतक)
इस्त्रायलचा बायबलमध्ये वर्णित राजा. प्रोव्हर्ब २३.७

९६) ज्या गोष्टीची आपल्याला भीती वाटते ती गोष्ट आपल्यासमोर येऊन उभी राहते. ज्याची आपल्याला दहशत वाटते ते आपल्यासमोर येऊन ठेपते.

– जॉब ३:२५

९७) आपल्या भावनांचा आपल्या शरिरातील प्रत्येक पेशीवर परिणाम होतो. आपले मन आणि शरीर हे मानसिक आणि शारीरिकदृष्ट्या एकमेकांमध्ये गुंफलेले आहेत.

– क्रीडा मानसोपचारतज्ज्ञ आणि लेखक थॉमस टटको (जन्म १९३१)

९८) आपल्या शरिराच्या प्रत्येक अवयवाची निरोगी प्रतिमा डोळ्यासमोर आणा, कोणताही आजार आपल्याला कधीही स्पर्श करणार नाही.

– नवविचारवादी लेखक रॉबर्ट कॉलिअर (१८८५–१९५०)

९९) सृष्टीमध्ये आलेला मानव जणू या विश्वाची लहान प्रतिकृती आहे. त्यामुळे मानव

जसा असेल तसेच हे विश्व असते.

– क्वॉन्टम फिजिसिस्ट डेव्हिड बॉम (१९१७–१९९२)

१००) जीवनामध्ये जिथे प्रेमाचा सर्वोच्च आविष्कार असतो तेथे नेहमीच चमत्कार घडतात.

– पुलित्झर पुरस्कार विजेते कादंबरीकार विला कॅथर (१८७३–१९४७)

१०१) आयुष्यामध्ये प्रेम हे प्रेमाचेच चित्र काढते.

– नन, लेखिका आणि गूढवादी संत तेरेसा ॲव्हिला (१५१५–१५८२)

१०२) शक्यता आणि चमत्कार म्हणजे एकच गोष्ट.

– नवविचारवादी लेखक प्रेंटिस मलफोर्ड (१८३४–१८९१)

१०३) आपल्या आजारापासून मनाला शक्य तेवढे दूर ठेवा. आपली क्षमता व ताकद यांची जाण ठेवा. मग तेच आपल्या बाजूने येतात. आपल्या आरोग्याबद्दल चांगला विचार करा आणि चांगले आरोग्य मिळवा.

– नवविचारवादी लेखक प्रेंटिस मलफोर्ड (१८३४–१८९१)

१०४) आपल्यात जसे प्रेम वाढत जाते. तसेच आपले सौंदर्यदेखील वाढत जाते कारण आपले प्रेम म्हणजे आपल्या आत्म्याचे सौंदर्य.

– थिऑलॉजिअन आणि बिशप संत ऑगस्टिन, हिप्पो (३५४–४३०)

१०५) आपल्या मृत्यूची अपरिहार्यता जीवशास्त्रात अजून सापडलेली नाही. हे आपल्याला असे सुचवते, की मृत्यू अटळ नाही आणि आपल्याला होणाऱ्या या त्रासाचे कारण काय हे जीवशास्त्रज्ञांना कळणे हा केवळ काही काळाचा प्रश्न आहे.

– नोबेल पारितोषिक विजेता क्वॉन्टम भौतिकशास्त्रज्ञ रिचर्ड फेनमन (१९१८–१९८८)

१०६) जीवनामध्ये जेव्हा प्रेमाला उधाण येते तेव्हा तेच अमृत बनून आयुष्यात येते. हेच खूप चांगले आयुष्य जगण्याची शक्यता असते. याच गोष्टीचा अभाव असला की आपले वय वाढल्याची जाणीव आपल्याला होते.

– लेखक जोझिया गिल्बर्ट हॉलंड (१८१९–१८८१)

१०७) आनंद, प्रेम, चांगुलपणा आणि आयुष्यातल्या इतर कोणत्याही गोष्टीसाठीची शक्ती आपणा सर्वांमध्ये असते तिला अमर्यादित शक्ती असे म्हणतात.

– नवविचारवादी लेखक रॉबर्ट कॉलिअर (१८८५–१९५०)

१०८) निर्मात्याने ग्रह हा जणू ऊर्जेने तयार केला आहे. अशाच पद्धतीने असणारी ही जुळणी खरोखरच आश्चर्यचकित करणारी आहे.

– रेडिओ आणि अल्टरनेटिंग करंटचे संशोधक निकोला टेस्ला (१८५६–१९४३)

१०९) आपल्याला जो बदल जगात बघायचा आहे त्याची सुरूवात आपण आपल्यापासूनच केली पाहिजे.

– राष्ट्रपिता महात्मा गांधी (१८६९–१९४८)

११०) आपण जेव्हा सूर्यमालिकेकडे बघतो तेव्हा पृथ्वी ही सूर्यापासून एका योग्य अंतरावर दिसते आणि त्यामुळेच तिला योग्य प्रमाणात उष्णता आणि प्रकाश मिळतो.

– गणिततज्ज्ञ आणि भौतिकशास्त्रज्ञ आयझॅक न्यूटन (१६४३–१७२७)

१११) ज्ञान म्हणजे कुलूप आणि प्रश्न म्हणजे कुलूप उघडणारी किल्ली.

– मौलवी जाफर अल् सादिक (७०२–७६५)

११२) स्वत:वरचा दृढ विश्वास असल्यास कोणत्याही गोष्टीवर नियंत्रण ठेवण्याची गरज भासत नाही, त्या आपसुकच फुलत जातात आणि सोबत आपणही. आयुष्य खूप सुंदर होऊन आपला फायदाच होईल.

– लेखक, फोटोग्राफर विनगेट पैन (१९१५–१९८७)

११३) आपल्या पसाऱ्यातून साधेपणा शोधून काढा. विसंवादातून सुसंवाद साधा. कठीण परिस्थितीतून संधी शोधा.

– नोबेल पारितोषिक विजेता भौतिकशास्त्रज्ञ
अल्बर्ट आईनस्टाईन (१८७९–१९५५)

११४) आयुष्यातील कोणतीच गोष्ट चांगली किंवा वाईट नसते, आपले विचार त्यांना तसे बनवतात.

– इंग्रजी नाटककार विल्यम शेक्सपिअर (१५६४–१६१६)

११५) जीवनामध्ये प्रेमाने भारलेले आयुष्य हेच खरे आयुष्य असते, त्यात एक श्रीमंती असते. तिनेच सौंदर्य आणि शक्ती वृद्धिंगत होत असते.

– नवविचारवादी लेखक रॅल्फ वॉल्डो ट्राइन (१८६६–१९५८)

११६) जेव्हा आपले हृदय योग्य प्रकारे काम करते, तेव्हा आपले वैयक्तिक आयुष्य फळाला येते आणि आपले वैयक्तिक आयुष्य फळाला आले, की कौटुंबिक आयुष्य सुरळीत होते. कौटुंबिक आयुष्य सुरळीत झाले की, राष्ट्राचे आयुष्य सुरळीत होते आणि राष्ट्राचे आयुष्य सुरळीत झाल्यावर जगाला शांतता लाभते.

– चिनी तत्त्ववेत्ता कन्फ्युशिअस (स.स.पू. ५५१–४७९)

११७) तुम्ही, मी आणि राजे अस्तित्वात नाही असा कोणताच काळ नव्हता. आपण अस्तित्वात नसणार असाही काळ कधी येणार नाही. बालपण, तारुण्य आणि म्हातारपण यात आपले शरीर तेच असते. तसेच दुसरे शरीर आपल्या मृत्यूनंतरही असते. शहाणी माणसे या बदलामुळे फसत नाहीत.

– भगवद्‌गीता (इ.स.पू. ५ वे शतक)

११८) स्वर्ग आणि पृथ्वीचे सारे नियम तुमच्यातच वास करत असतात.

– मार्शल आर्ट संस्थापक मोरिहे यूशिबा (१८८३–१९६९)

११९) आपण जीवनामध्ये पुढे जातो का नाही यापेक्षा त्याचा किती आनंद घेता हे महत्त्वाचे असते.

– बुद्धिस्ट लेखक आणि शिक्षणतज्ज्ञ रॉबर्ट थरमन (१९४१)

१२०) जीवनामध्ये कृतज्ञता आणि आनंद हीच आपल्या आयुष्याची कारणे आहेत.

– गौतम बुद्ध (इ. स. पू. ५६३–४८३)

१२१) सृष्टीमध्ये एक दिवस जेव्हा माणूस वारा, लाटा, लहरी, गुरुत्वाकर्षण यांनाही जिंकेल तेव्हा आपण देवासाठी प्रेमाची ऊर्जा धरून ठेवू आणि मग जगाच्या इतिहासात दुसऱ्यांदा माणूस आगीचा शोध लावेल.

– धर्मगुरू आणि तत्त्ववेत्ता पियरे टीलहार्ड द चार्डिन (१८८१–१९५५)

१२२) ''निर्मिती म्हणजे जे अस्तित्वात असते ते जगासमोर ठेवणे.''

– श्रीमद् भागवत

१२३) ''माणसाच्या किंवा मानवाच्या शरिराला वय असते, त्याच्या ज्ञानाला वय नसते.''

– संत ज्ञानेश्वर महाराज (११९३)

चला यशाकडे,
प्रेमाने आनंदाने...!

मित्रांनो, चला नवीन दिशेकडे
प्रेमाने, आनंदाने चला यशाकडे ...

या जीवनाचा आनंद घेऊया बेधुंद
यशाकडे जाताना जीवनात जगताना ...

मित्रांनो चला नवीन दिशेकडे
प्रेमाने, आनंदाने चला यशाकडे ...

सूर नवे; नवे ताल; नवे नवे
तालावर या नाचताना जीवनात जगताना ...

मित्रांनो चला नवीन दिशेकडे
प्रेमाने, आनंदाने चला यशाकडे ...

सुख-दुःख हे जीवनाचे रंग आहेत
यशाकडे जाताना जीवनात जगताना ...

मित्रांनो चला नवीन दिशेकडे
प्रेमाने, आनंदाने यशाकडे ...

आयुष्यात ठेवा विश्वास कामाच्या उत्कृष्टतेवर
आणि चला यशाकडे प्रेमाने, आनंदाने....

- श्रीमती सविता खोडे

आम्ही सर्व वाचकांचे खूप आभारी आहोत !

'चला यशाकडे प्रेमाने, आनंदाने' या पुस्तकाच्या वाचकांचा मी, सुरेश मुरलीधर वाघ व माझा परिवार आपले आभारी आहोत. जर आपल्याला हे पुस्तक अंतर्मनापासून आवडले असेल, तर किमान दोन व्यक्तींना हे पुस्तक वाचण्यासाठी प्रवृत्त करा. जेणेकरून त्यांचे व त्यांच्या कुटुंबीयांचे ध्येय, स्वप्नं पूर्ण करण्यासाठी त्यांना मदत होईल.

मी जगातील सर्व लोकांचा आभारी आहे
मी जगातील सर्व प्राण्यांचा आभारी आहे
मी सूर्य, चंद्र, पृथ्वी, वारा, अग्नी, धरती,
पाणी या सर्वांचा खूप आभारी आहे.
मी जगातील सर्व लेखकांचा खूप आभारी आहे.

सर्वांना खूप खूप धन्यवाद, पुन्हा भेटूया!!